கன்னிவாடி

கன்னிவாடி

க.சீ.சிவகுமார்

டிஸ்கவரி புக் பேலஸ்
கே.கே.நகர் மேற்கு, சென்னை - 600 078.
(பாண்டிச்சேரி கெஸ்ட் ஹவுஸ் அருகில்)
Ph: 044 - 4855 7525 Mobile: +91 87545 07070

கன்னிவாடி (சிறுகதைகள்)
ஆசிரியர்: க.சீ.சிவகுமார்
காப்புரிமை: சாந்தி ராணி சிவகுமார்©

Kannivaadi (Short Stories)
Author: **Ka.Si.Sivakumar**
Copyrights: **Shanthi Rani Sivakumar**©

First Edition: Feb - 2019
Pages: 152 - ISBN 978 - 93 - 86555 - 97 - 7

Published by :

Discovery Book Palace (P) Ltd,
6, Mahaveer Complex, Munusamy Salai,
K.K.Nagar West, Chennai-600 078.
Ph: +91 44 48557525
Mobile: +91 87545 07070

E-mail: **discoverybookpalace@gmail.com,**
Website: **www.discoverybookpalace.com**

Rs. 140

உங்கள் மொபைல் போனிலிருந்து ஸ்கேன் செய்து டிஸ்கவரி புக் பேலஸின் மொபைல் ஆப்பை டவுன்லோடு செய்து, அனைத்துப் பதிப்பக புத்தகங்களையும் வாங்குங்கள்.

இந்த நூலில் பிரசுரமாகியுள்ள எந்த ஒரு பகுதியையும் பதிப்பாளரின் எழுத்துபூர்வமான முன்அனுமதி பெறாமல் எடுத்தாள்வதோ, மறுபிரசுரம் செய்வதோ, மொழியாக்கம் செய்வதோ, அச்சு மற்றும் மின்னணு ஊடகங்களில் மறுபதிப்பு செய்வதோ, காப்புரிமை சட்டப்படி தடை செய்யப்பட்டுள்ளது. இந்த நூலிலிருந்து குறிப்பிட்ட பகுதிகளை மேற்கோள்காட்டி புத்தக விமர்சனம் செய்ய, ஊடகங்களுக்கு மட்டும் அனுமதி உண்டு.

பொருளடக்கம்

நாற்று	7
காவு	14
மேகங்கள் தீர்ப்பதில்லை	19
குரங்குப் பணியாரம்	29
ஊதல் இசைபட வாழ்தல்	35
அண்டமாநதிக்கரையின் ஊரில் ஒரு வீடு	40
சண்முக சித்தாறு	45
ராஜகுமாரியின் ரசிகன்	52
வெளிச்ச நர்த்தனம்	56
பெருந்திணையும் ஓர் அணையும்	62
சொல். பொருள் பின்வரும்	67
வான்சிறப்பு	72
நினைவுதிர்கால மரங்கள்	76
காலவகை	83
காலம் உடன்வரும்	87
திருவிழாவில் தொலைகிறவர்கள்	95
மீதியுள்ள ராத்திரி	99
இந்திரவதம்	108
காற்றாடை	114
நிணநீர்ச்சுவடி	119
காற்றின் கானகம்	125
தீண்டாநாயகி	129
கன்னிவாடி	133

நாற்று

கோடை விடுமுறையில் தோட்டம் போகும் பாதை வேலியெல்லாம் அம்மாவின் விடுகதைகளால் நிறைந்திருந்தது. பூக்களோடும் தாவரங்களோடும் அம்மா நேசத்தை வரித்திருந்தாள். பார்ப்பதற்கு கனகாம்பரத்தைப் போலவே இருக்கிற, ஆனால் சூடிக்கொள்ள முடியாத சுள்ளிப்பூக்களைப் பற்றி வருத்தமுடனே இருந்தாள். நான் பார்த்திராத வெடத்தலாம்பூ பற்றி அடிக்கடி புதிரிடுவாள்.

"எள்ளிலே பிறந்து எள்ளிலே வளர்ந்த எண்ணெய்ச் செக்கான் மகளே, எள்ளுக்கும் சிறுதலை என்ன தலை? என்றானாம் ராசா மகன். அதுக்கு அவள்... பூவிலேயே பிறந்து பூவிலேயே வளர்ந்த பூலோகம் ஆண்ட ராசன் மகனே, பூவிலேயே இருவகைப் பூ என்ன பூ என்றாளாம்."

அம்மாவின் சுவடுகளில் பாதம் பதித்துப் பின் தொடர்ந்தேன்.

"தெரிலே. சொல்லம்மா"

"ராசாவே... ராசாவே... நீயே சொல்லு" என்பாள் ராகத்துடன்.

"பூவிலேயே பிறந்து பூவிலேயே வளர்ந்த" என்று சொல்லுகையில், காய்களுக்கான முட்டைகளாக பூக்கள் தோன்றும். ராசாவே...ராசாவே... என்ற அழைப்பு, ஒருகணம் என்னை ராசாபோலவே உணரச் செய்துவிடும். பசுங்கிளியாகவோ, சிட்டுக்குருவியாகவோ இருந்து இந்தப் புதிர்களை அலகு தீட்டி வைத்திருந்தாள் அம்மா.

க.சீ.சிவகுமார்

சாணம் மெழுகிய கூடைகளாவது, ஏதேனும் பாத்திரங்களாவது தலைசுமந்து நடக்கையில் அம்மா மிகுந்த அழகாகவும் சோகமாகவும் இருப்பதாய்த் தோன்றும். தலைச்சுமடு தவறி விழும்போது சுமட்டுத் துண்டை சுருள் அமைக்க பலகாலும் முயன்று தோற்றிருக்கிறேன். துண்டின் அழுத்த வெப்பம் உலர்வதற்கு முன்னாக அம்மா லாகவமாய் சுமடு கூட்டிவிடுவாள். சுமடு கூட்டுதலுக்காக பெருவிரல் நீங்கலான இடக்கையின் நான்கு விரல்களையும் ஒரு கூம்பு மலையெனக் குவித்திடுவாள். குடும்பத்தின் மலைபாரத்தை எனது தோள் தாங்கும் காலத்தில் சுமடு கூட்டி வைத்து விட வேண்டும் என்றும் யோசித்து இருப்பாளாயிருக்கும். இருபுறத்து வேலிகளுக்கு இடையிலான ஒற்றையடி நீண்டிருக்கும் தடத்தில் அம்மாவின் பின்னாக நடந்திருப்பேன். அந்த இட்டாரி, மழைக்காலத்தில் சிற்றோடையாகவும் ஓடியதில் சிலதூரம் மணற்பாங்காயிருக்கும். கொஞ்சதூரம் வெள்ளைப் புழுதி படர்த்தும் மண்ணாயும் கொஞ்சம் தேரி மணலின் மென்னோடும் இருக்கும். வெடத்தலாம் செடியையும் மஞ்சளும் இளஞ்சிவப்புமாய் இருவகை வர்ணங் கொண்டிருக்கிற அதன் பூக்களையும் வேலியில் காட்டி செக்கான் மகள் கேள்விக்கும் ராசா மகன் கேள்விக்கும் ஒரே பதில் இதுதான் என்றாள்.

மழைப்பாங்கான காலத்தில் வேலிப்பாதை பச்சைமுள் அடர்ந்து செழித்திருந்தது. அடர்ந்த முட்களின் செங்கீறல்களுக்கு ஆட்படுவதைத் தவிர்க்க அன்றைக்கு மெயின் ரோட்டுவழியே போனோம். குடோன் தோட்டத்தைக் கடக்கும்போது, தோட்டத்தின் பனை வரிசையில் வடக்கயிறு கட்டி அதன்மேல் புகையிலையின் சடைகள் தொங்கிக் கொண்டிருந்தன. அறுபட்டு முடிந்த புகையிலைச் செடிகள் மண்ணில் கிடந்தன. அம்மா என்னைப் பார்த்து விடுகதைக்கு முந்திய புன்னகையை என்மீது வீசினாள்.

“என்னம்மா...”

“சந்திர சூரிய மாமா

சாஞ்சு கிடக்கிறாள் பாரு

அவ கிடக்கிறா மூளி

அறுத்துக் கட்டற சாதி”

“புகையில தானம்மா?”

“ஆமாடா. பாரு எவ்வளவு சின்ன விதை அதுக்கு. ஆனா எவ்வளவு பெரிய இலை அதுல” என புதிரைத் தொடர்ந்து வியந்தாள்.

ஒரு கடுகை பத்தாகப் பொடித்தால் கிடைக்கிற உருண்டையில் அதன் விதையும் சமயத்தில் வாழை இலைகளைவிட பெரிதான

இலையும் கிடைக்கும். உவர்நீர்க் கிணறுள்ள வளமண் தோட்டத்தில் காணவேண்டும் புகையிலையை.

சல்லிக்கற்கள் விரவியதாய் இருந்தது எங்கள் தோட்டம். தண்ணீரைத் தன்னுள் அதிகநேரம் தாக்குப் பிடிக்காத சல்லடை போலிருந்தது மண்ணின் மேலடுக்கு. வெள்ளிக்கிழமை, சனிக்கிழமை இரவுகளில் பாட்டி, "அப்புக்குட்டிய இங்கயே விட்டுட்டுப் போயிடு" என, அம்மாவுக்குக் கட்டளையிட்டு என்னை தோட்டத்தின் சாளையில் இருத்திக்கொள்வாள். மங்கல் பொழுதிலேயே ஹரிக்கேன் லாந்தரை ஏற்றி விடுவாள் பாட்டி. ஆங்காங்கு பத்தைகள் பெயர்ந்த சாணம் மெழுகியதரை பொன்னொளிரத் துவங்கும். இருட்டு மெழுகிமெழுகி அடர்வுகொள்ள சாணத்தரை பசுமஞ்சள் மிகுந்து ஒளிரும். விளக்கின் அடிப்பகுதி நீர் படந்தாற்போல் நிழல்கொள்ளும். கண்ணாடியின் கம்பிக்கூடு செம்மண் சுவரில் மங்கலான X ஐச் சாய்க்கும். சாப்பிடுவதற்குமுன் பாட்டி வடக்குச் சுவரோரம் தெய்வங்களை உத்தேசித்துக் கற்பூரம் கொளுத்துவாள். வேல்ச்சுடர் கற்பூரம் பரிமளிக்கையில், "நாட்ராயா, நாச்சிமுத்தய்யா, கவுண்டப்பாரய்யா, கருப்பணசாமி, கோட்டக்கரை ஆயி.." என முப்பத்திரண்டு உபதெய்வங்களை வணங்கி இறுதியாக, "பட்டி ஆடு பெருகி, பட்டகடன் கட்டி, பழையசோறு மிஞ்சி, எங்க பாடு விடியணும்" என வேண்டிக்கொள்வாள். இல்லாத ஆடுகள் பெருகுவதற்கான வாய்ப்புகள் இல்லை. குடும்பத்தில் யாருக்குமே மேஷ ராசியில்லை. ஆண்டவர்களின் அவதானிப்புக்கு உட்படாததாய் இருந்தன பாட்டியின் கோரிக்கைகள்.

பட்ட கடன் கட்டுவதற்கு விருப்பங்கள் மட்டுமே போதுமானதாய் இல்லை, பணமும் தேவையாய் இருக்கிறது. பழைய சோறு மிஞ்சுவது பிறகு... வருகிறவர்களுக்கு காப்பித்தண்ணி வச்சுத்தர எரணம் இருந்தால் தேவலை...

வீட்டின் ஓடுகளின்மேல் வெறுமையும் வெயிலும் எரிந்த ஒரு பகல். பேரநாய்க்கன்வலசு சின்னத்தாத்தா வந்திருந்தார். சொம்பு நீர் தந்து அம்மா உபசரித்தபின் கொஞ்சநேரம் பேசிக்கொண்டிருந்தவர், "சரி, நான் கிளம்பறன் ஆயா..." என்றார்.

"காப்பி குடிச்சிட்டு போங்க."

"இல்ல, நேரமாச்சு." கிளம்பியவர், வீட்டின் நடையைக் கடந்து சென்று மீண்டும் திரும்பித் திண்ணைக்கு வந்தார்.

"ஏம் வடிவு! காப்பித்தண்ணி குடிச்சிட்டுப் போகச்சொல்றியே, வீட்ல சக்கர காப்பிப் பொடி இருக்குதா?"

"ஏனுங்கைய்யா அப்பிடிக் கேக்கறீங்க?"

“சும்மாதான் கேட்டனாயா” என்று சிரித்துக்கொண்டே சென்று விட்டார் சின்னத்தாத்தா. அவர் சென்றதும் அம்மா என்னை கண்கலங்கப் பார்த்தாள்.

“எப்படி அவரு கண்டுபிடிச்சாரு?”

உன் விடுகதையைப் போலவே அது அறிவுக்கு எட்டாததாய் இருக்கிறதம்மா! கேள்வியே இல்லாத விடைகளை அவர் விடுவிப்பவராய் இருந்திருக்கலாம். இருளண்டிய முகம் வீட்டின் இருப்பை அல்லது இல்லாமையை உணர்த்தியிருக்கலாம்.

இயற்கையின் வனப்பில் உவகையுறும் அம்மாவின் பரவசங்கள் எங்கோ ஒளிந்துகொண்டன. விடுகதைகளால் மகிழ்வுகொள்ள முடியாதபடி வளர்ந்த நானும் மேல்நிலைப்பள்ளி மாணவனாகி விட்டேன். வானம் பார்த்த பூமியை மேகம் நிர்தாட்சண்யமாய் கைவிட்டிருந்தது.

“என் செல்லக்கண்ணா, நீ படிச்சு ஒரு வேலைக்குப் போயி குடும்பம் செழிக்கணும்டா.”

“என்னம்மா, பஸ்ஸுக்குகூட காசில்லாம என்ன படிப்பு? நா வேற எதனாச்சும் பண்றேன்.”

“ஒண்ணும் பண்ண வேண்டாம். நீ பாட்டுக்குப் படி.”

என் நிமித்தம் எளிய கடன்களுக்கும் தயாரானாள் அம்மா. எங்கள் வீட்டுக்கு அடுத்த வீட்டில் பேங்க்கில் பணிபுரிகிறவர் இருந்தார்.

“பேங்க்காரர் வீட்டம்மா! செல்வம் ஸ்கூலுக்கு புறப்பட்டுட்டான்... பஸ்ஸுக்கு காசில்ல... குடுங்க. சாயந்தரம் கொடுத்துடறேன்.”

முதல் தடவை அந்தக் கோரிக்கையை எவ்வளவு சிரமத்துடன் குழறினாள்! வெறும் இரண்டு ரூபாய்க்கான வேண்டுதலில் ஒளிந்திருந்த யாசகி, எத்தனை நூற்றாண்டின் வேதனைப்பாடுகள் நிறைந்தவள். ஆதரவென என்னை நம்பிய கூன்முதுகாள் பற்றிய தடியின் வட்டத்துடம் எழுதுகிறது ‘கற்கை நன்றே... கற்றை நன்றே.’

சூரியன் செவ்வியொளிரும் 8.45க்கும் 9.15க்கும் இடையே இந்தத் திருக்கூத்து அநேக நாட்கள் நடந்தது. 8.45க்கு உடுமலை வண்டியும் 9.15க்கு திருச்சி வண்டியும் ஊர் கடந்தன. மதிலுக்கு அப்பாலிருந்து இரண்டு ரூபாய் நீட்டுகிற, அத்தருணத்தில் முகம்தெரியாத அந்த அக்காளின் கைகள் திண்மையானவை, கருணையுடையவை. அவர்களது வலக்கையின் இரண்டு கண்ணாடி வளையல்களினூடே என் சம்பளக் கனவுகள் இடைவெளி இணைகையில் சிலுங்கி சத்தமிட்டன.

கைமாற்றைத் திருப்புவது மட்டுமே நன்றிக்கடனாகாது அக்கரங்களுக்கு.

சீருடையின் வெள்ளைச்சட்டை பழுப்பேறியும் ஊதா பேண்ட் நிறம் வெளிறிக்கொண்டும் வந்தன.

காலத்தால் வெளிறிப்போய் இலைதழைகளைப் பதனமிடுவதற்காகத் தேடியலைந்தேன் 'ஹெர்பேரியம்' தயாரிக்க. உயிரியலுக்காக பட்டாம் பூச்சிகளையும், வண்டுகளையும் உருவங்கெடாமல் கொன்று பதனமிட்டேன்.

பரீட்சைகள் நடந்துமுடிந்தன. இனி, நான்கு பிராக்டிகல் பரீட்சைகள்தான். பேங்க்கார அக்காவிடம் காசு வாங்கியும் வாங்காமலும் எப்படியோ பரீட்சைகள் முடிந்து பிராக்டிகல் பரீட்சைகள் எழுதவும் போனேன். இயற்பியல், வேதியியல், உயிரியல் எல்லாம் முடிந்தபின் மிகக் கடைசியாக, தாவரவியல் பிராக்டிகல் பரீட்சையன்று நடந்ததுதான் விதியியலாய் இருக்க வேண்டும்.

ஊரில் அநேக கிணறுகள் வற்றியிருக்க, எங்கள் தோட்டக்கிணறில் மட்டும் தினம் இரண்டு தார்டிரம் அளவு தண்ணீர் ஊறியவாறு இருந்தது. அதைக்கொண்டு புகையிலை நாற்று விட்டோம். பக்கத்தில் எங்கேயாவது மழைபெய்து நாற்று தேவைப்பட்டு யாராவது வந்தால் நல்ல விலைக்கு விற்றுவிடலாம். அதிகபட்ச சூதாட்டத்திற்கு நிகரான முயற்சியே இது. அந்த முயற்சியில் போன ஆண்டு கொஞ்சம் காசு கிடைத்ததால் இப்போதும் அதுபோலவே செய்து பச்சை விரவிய பாத்தியைக் குடும்பமே கண்காணித்துப் போற்றிவந்தோம். கையில் சுத்தமாக காசில்லாத அந்தக் காலையில், நாத்தெடுக்க வேண்டுமென சின்னமருதூர் பக்கமிருந்து ஓர் அய்யன் சைக்கிளில் வந்திருந்தார். இரண்டாயிரம் நாற்றுகள் தேவை என்றார். நாற்றுக்கு ஒரு பைசா வீதம் இருபது ரூபாய் கணக்கு. அம்மா அந்த அய்யனுடன் என்னை தோட்டத்துக்கு அனுப்பிவைத்தாள்.

தோட்டத்தில் இருந்த பாட்டி, புகையிலைக் காசு வந்தவுடன் ஐந்து ரூபாய் கொடுத்து பரீட்சைக்கு அனுப்புகிறேன் என்றாள். மணி அப்போது ஆறரைகூட ஆகவில்லை.

அந்த அய்யன், நான், பாட்டி மூவரும் புகையிலை நாற்று பறிக்க ஆரம்பித்தோம். நாற்றுப் பறித்த பாத்தியில் கிளறிப்போட்ட மண்ணில் சூரியன் ஈரமாய்ப் புழுங்கியது. என் பிடரிக்குமேல் ஒளியின் கடிகார முட்கள் குத்திக்கொண்டிருந்தன. தவம்போல நாற்றைப் பறித்துக் கொண்டிருக்கும்போதே மதியம் கடந்து பரீட்சையும் முடிந்துவிட்டதுபோலத் தோன்றி அவ்வப்போது கிலி கொண்டிருந்தேன். நாற்று பறித்தாகிவிட்டது. நானும் பாட்டியும் உதவ சின்னமருதூர் அய்யன் சைக்கிள் கேரியர் மீதிருந்த கூடைக்குள் நாற்றை அடுக்கினார். கூடையில் குவித்த நாற்றுக்கள்மீது தென்னஞ்

சிறகுகளைப் பரப்பினார் வெயில்வாடாமல். கைகளை மண்போகத் தட்டிவிட்டுக் கொண்டார். மூன்றடி தள்ளியிருந்த பாட்டி அவரையே பார்த்துக் கொண்டிருந்தாள். அவளது கண்களில் அன்றைய தேவையும் எனது பஸ் காசும் ததும்பிக் கொண்டிருந்தன ஏக்கப் பார்வையாக. ஹரிக்கேன் விளக்கெரியும் சாளையில் வேல்ச்சுடர்க் கற்பூரத்தின் முன் தொழுகையில் பிரகாசித்த அதே கண்கள். தானாக காசு தருவது வரை கேட்கக்கூடாதென நாகரீகம் பயின்றிருந்தாள். பாட்டியை ஒருமுறை பார்த்துவிட்டு சைக்கிள் ஸ்டேண்டை எடுத்தார். கூடை உதறித்தாழ சைக்கிள் உருண்டது.

"ஐயா, காசு..."

இப்போது சைக்கிளை நிறுத்தினார்.

"ஆத்தா... எங்கிட்ட இல்லியேங் ஆத்தா..."

"இருவது இல்லாட்டி போவுது, ஒரு பத்தாவது கொடுங்க."

"சுத்தமா இல்லீங்க ஆத்தா. வெள்ளிக்கிழமை உங்க ஊரு சந்தைக்கு வருவேன். அப்ப கட்டாயம் கொண்டுவந்து கொடுத்திடறேன்."

பாட்டி, என்னை கைகாட்டி, "ஒரு ரெண்டு ரூபாய் இருந்தா கொடுங்கய்யா. பையன் பரிச்ச எழுதப் போவணும்" என்றாள். அவர் பேசாமலேயே நின்றுகொண்டிருந்தார். காற்று சத்தங்களைக் கடத்தவில்லை. திடீரென பாட்டி, "சரி, போயிட்டு வாங்கய்யா" எனவும், குழிக்கன்னத்தில் நரை தாடி விரவிக்கிடந்த அந்த விவசாயக் கிழவன் போய்விட்டார்.

"கண்ணு இப்ப என்னடா பண்றது? வீட்டுக்குப் போயி எப்படியாவது புரட்டிக்கிட்டுப் போடா" என்றவாறு, பாட்டி என் தலையை தடவிக் கொடுத்தாள். கையைத் தட்டிவிட்டு வீட்டுக்கு வந்தேன். வெறுங் கிழவனுக்கு நாற்றுப் பறித்துக் கொடுத்த பாட்டியை வீட்டில் இருந்தவாறே அம்மா வைதாள். மதிலுக்கு அப்பால் கூப்பிட்டுப் பார்த்து பதில் கிடைக்காததால் போய்ப் பார்த்தபோது, பேங்க்காரர் வீடு பூட்டியிருந்தது. பரீட்சைக்கு என்னை அனுப்ப பரிதவித்துக் கொண்டிருந்தாள் அம்மா. அவளது படபடப்பு தாள முடியாததா யிருந்தது. எனக்கு எதிலும் பிரியம் விட்டுப்போயிருந்தது. தவிர, தியரியில் நூற்றைம்பது மதிப்பெண்ணுக்கு நூறுக்குமேல் வந்துவிடும் என்ற நம்பிக்கையில் பிராக்டிகல் பரீட்சைக்குப் போகாவிட்டாலும் பரவாயில்லை என்று தோன்றியது. "இதுக்கு போகவேண்டிய அவசியமில்லேம்மா" என்று ஆறுதல்போலச் சொல்லிவிட்டு, வீட்டுக்குள் சென்று கட்டில் போட்டுப் படுத்துவிட்டேன்.

வீட்டுக்கு வெளியே வெய்யில் பொங்கிக் குமைந்துகொண்டிருந்தது.

பரீட்சை நேரம் நெருங்கியும் கடந்தும்போனது.

ரிஸல்ட் அன்றைக்கு பஸ்ஸுக்குக் காசிருந்தது. பதினொன்றாம் வகுப்பில் அனைவரும் தேர்ச்சி என்னைத் தவிர. ஒரு தனித்தாளில் பதினொன்றாம் வகுப்பில் தேர்ச்சிபெறாதவர் எனப் போட்டு என் பெயரை மட்டும் எழுதியிருந்தார்கள். தேர்ச்சி பெறாதவன்கூட அல்ல, தேர்ச்சிபெறாதவர். உழவன் மகன் என்றாலும் மரியாதைக்குக் குறைவில்லை. பிராக்டிகல் பரீட்சைக்கு வராததால் ஒழுங்கு குறைந்த மாணவன்மீது பள்ளியின் நடவடிக்கை இது. அம்மாவிடம் என்ன சொல்ல...

எனது தாவரவியலின் தாவரப் பதன ஏடு மேலும் மேலும் பழசாகி, இலைகள் பச்சையம் வற்ற, ஊடுநரம்புகள் புடைத்தெழுகின்றன. என் அம்மா! தாவரங்களுக்கும் பிரியமானவளே,

சந்திர சூரிய அம்மா, மகன் சாஞ்சு கிடக்கிறேன் பாரு...

காவு

அம்மாவின் நகைகளும் பெரியம்மாவின் நகைகளும் கிடப்பது இந்தக் கிணற்றுக்குள்தான். அவற்றை முக்குளித்தும், பாதாள ஜோதியிட்டும், சேறு அள்ளியும் எடுக்கவும் மீட்கவும் முடியாது. தங்கமே வெடிக்குச்சிகளாகவும், ஆட்கூலியாகவும் மாற கிணறு ஆழமானது. அழுக்கேறிய மஞ்சள் சரடுகளையே ஆபரணமென அணிந்து தாயார்கள் வாழ்கிறார்கள்.

மேகம் பார்த்த பூமியில் இந்தக் கிணறு பெண்களின் மனதுக்கு உவமை சொல்லும்படியாக ஆழமாகிவிட்டது.

இந்நிலையில், 'போர்வெல்' ஒன்று போடுவதாக முடிவெடுத்துச் செயல்பட்டோம். 'போர்' ஒத்துக்கொண்டுவிட்டது. இருபத்து நாலு மணி நேரமும் 'ஒரு கவலைத் தண்ணீர்' ஊற்றம் அதில் உண்டு. என் ஜாதகத்தின் 'கடக' ராசி, இது விஷயத்தில் வொர்க்அவுட் ஆகிவிட்டது. போர்வெல்லுக்குத் தனியாக கம்ப்ரஸர் வைத்தோம். அதிலிருந்து கிணறுக்குள் நீரிறைத்து கிணறுக்குள்ளிருந்து 'மோட்டார்' மூலம் காட்டுக்குப் பாய்ச்சுவோம். நீரை உறிஞ்சுகிற நிலம், வாழ்வதற்குத் தேவையான நம்பிக்கைக்கும் கடனுக்கும் இடையறாது ஏற்பாடு செய்து வந்தது.

அந்தஸ்து உள்ள இடத்தில் நேர்கிற அதிர்ஷ்டத்திற்குத்தான் அதிர்ஷ்டம் என்று பெயர். குடும்பத்தின் நீரியல், நிலவியல் மேலாண்மை மெச்சும் தரத்தில் இல்லை. ஆகவே, இதுகாறும் 'மோட்டாருக்கு மட்டுமே செலவு செய்துவந்த நாங்கள், இந்த அசாதாரண நீர் வரத்தால் கம்ப்ரஸருக்கும் செலவு செய்யும் வாய்ப்புப் பெற்றவர்களானோம்.

செலவுகளை ஒருபக்கம் வையுங்கள். இந்தச் சாதனங்களைக் கழற்றி மாற்றுகிற வேலை இருக்கிறதே! பக்கவாட்டில் நின்று வடம்பிடித்து மோட்டாரைத் தூக்கினாலோ, கிணற்றில் ஒருமுறை இறங்கி ஏறினாலோ இக்கடுமையின் கால் பகுதியை நீங்கள் உணர்வீர்கள். இதைப்பற்றி என்னைவிடச் சரியாக அடிக்கடி கிணறேறி இறங்கும் கள்ளிமேட்டுச் சித்தப்பாவோ, தங்கவேல் ஃபிட்டரோ சொல்லக் கூடும். ஆனாலும் பாருங்கள்... இந்த நீர்நிலைகள் மனிதர்கள் சந்திக்கிற மனிதர்களைவிட அதிக எண்ணிக்கையில் ஆட்களைச் சந்தித்துவிடுகின்றன.

போர்வெல் கம்ப்ரஸரில் ஒரு குழாயில் காற்று உள்ளே போய் பிறிதொரு குழாயில் தண்ணீர் வந்தால் ஆயிற்று. சமயத்தில் இக் குழாய்களின் பிடிமான 'கிளிப்' தகர்ந்து, இருநூற்று அறுபது அடிக் குழாயும் 'புஸ்'ஸென்று மேற்கிளம்பி கிணற்றுக்குள் சுற்றும் பாருங்கள்... காண்பதற்கு இரு கண்ணும் ஒரு மனசும் தாங்காது. சுருள் வளையல் போலிருக்கும் அதன் தலைப்பைக் கண்டுபிடித்து மேலிழுத்து குழாயை காட்டுப் பரவுக்கு இழுத்துப்போய்த் திரும்பவும் துளையில் இட்டு 'கிளிப்' போட வேண்டும்.

தண்ணீருக்குள் பாலம் எல்லாம் போட்டுவிடுகிற இக்காலத்தில் எங்களுக்கு காங்கிரீட் போட்டு நிரந்தரமாய் நிறுத்தத் திராணியில்லை.

ஏப்பை சாப்பைகள் இல்லாமல் உலகம் பூரணமடையாதோ என்னவோ. சரியான சமயத்தில் 'ஆயில் மாற்றாததால் பேரிங் வகையறாக்கள் டப்பாக்கள் ஆனதில் மூணாம் மாதம் இரண்டாயிரம் தெண்டமானது. மோட்டார் வகையறாக்கள் தரும் சிரமம்பற்றி விவரிப்பது மடத்தனத்தைப் பட்டியலிடுவதுபோலாகிவிடும். இவைகளிலிருந்து மீட்சியடையும் நாள் வந்துவிட்டது.

இந்த மீட்சியைக் கொண்டுவந்தது 'கள்ளமடையார்'தான்.

நாங்கள் ஒரு பரிகாரம் செய்யவேண்டுமென்றும் அதைச் செய்வதன் மூலம் அடையப்போகும் நன்மைகளையும் எடுத்துரைத்தார். தொடர் ஓட்டத்தைப் போன்ற எங்கள் வாழ்க்கையில் துயரக் குச்சிகளைத் திணித்துப் போகிற தீயசக்திகளை இதன்மூலம் வென்று புறங்காணலாம்.

பரிகாரம் எனப்படும் மகாயக்ஞம் நேற்றிரவு நடந்தது.

நேற்றுக் காலையிலேயே கள்ளமடையாரும் மாந்திரீகரும் வந்துவிட்டார்கள். மாந்திரீகர்களிடம் உள்ள சிக்கலே அவர்கள் அபூர்வமான பொருட்களைக் கேட்பதுதான். அதில் நம்பிக்கை வைத்து அந்தப் பொருட்களைச் சலித்துத் தேடிக் கண்டுபிடிக்கிற ஒருவன், ஏதோ ஒரு தருணத்தில் வாழ்வில் வென்றேயாக வேண்டும்.

முதற்கண் அவர் மண்சட்டி ஒன்றும் பதினொரு மண் விளக்குகளும் கேட்டார். கார்த்திகை மாதத்தில் மெழுகில் விளக்கெரிக்கும்

வழவழத்த காலமிதில் இந்த ஐட்டங்களுக்காக நான் மல்லம்பாளையம் போய்வந்தேன். தேங்காய், பழம், சாம்பிராணி... தோட்டமே ஒரு பர்ணசாலை போலாயிற்று. அசையாப் பொருட்களுக்கு மத்தியில் ஆட்டுக்குட்டியும். பலிக்குட்டி.

அது பலியிடப்பட்டு, அதன் ஆன்மா எங்கள் குடும்பத்தை ரட்சிக்க வேண்டும். மாதக்கணக்கில் வெயில் பொரிந்து, மழை நனைந்து கூரையற்றுக் கம்ப்ரஸர் கிடக்க, இப்படி 'கிடாய்' வெட்டிக் கொண்டிருப்பது அபத்தமாய்ப்பட்டது. ஆனால், வீட்டு முடிவுக்குக் கட்டுப்படுகிற அசக்தன் நான். விமர்சனத்தை வீட்டுக்கு வெளியில் தீவிரமாகவும், வீட்டுக்குள் ரகசியமாகவும் வைத்து உணவைக் காப்பாற்றி வருகிறேன்.

ஒரு புள்ளியில் நானும் கிடாயும் ஒன்றுபோல் தோன்றினோம். ஆட்டுக்கறிக்கு கிலோ நூற்றியிருப்பதுபோல் விலையிருக்கிறது.

சிறுவயதுகளில் நான் எலந்தைப்பழம் சேகரித்த மரத்தடியை நோக்கி பெரும்பாலும் அந்த ஆடு காணாமல் போய்விடும். காட்டுக்குள் இல்லை என்றால் அந்த மரத்தடியில் அது நிற்பதைப் பார்க்கலாம். தேடிப்போய் ஓட்டிவருவேன். கறுப்பு மணிக்கும் வெண்படலத்திற்கும் இடையில் அதன் கண்களின் பச்சைப்பழுப்புப் படலத்தில் இனம்புரியாத எதிர்பார்ப்புடன் அது காத்து நிற்கும். எப்போதும் வெட்டப்படுவதற்குக் காத்திருக்கும் ஒப்பளிப்பின் ஏக்கபவ்யம் சுடரும் அதன் குளிர்கண்கள்.

வெட்டப்படும் கிடாய் மாந்திரீகருக்குச் சொந்தம். சாயங்காலம் முதலே நண்பர்களும் வேண்டப்பட்டவர்களுமாய்ப் பத்துப் பதினைந்துபேர் கூட்டம். மாந்திரீகர், மண்சட்டியின்மேல் பாதியை உடைத்தார். கிண்ணம் அல்லது பூச்சட்டி போன்ற அடிப்பகுதி மீந்தது. அதற்கு வெளிப்பக்கம் வெள்ளையடித்தார். பொடக்காளியிலிருந்த அடுப்புக்கரி குழைத்து கருப்புக் கருப்பாய் புள்ளிகள் இட்டார்.

விளக்குகளை ஏற்ற முற்பட்டபோது காற்றின் வேகத்தில் அணைந்து விட்டன. பாவத்தை வாயு பகவான்மீது போட்டுவிட, விளக்குகள் சுடரின்றி ஒதுங்கின ஓரமாய்.

பூஜைப் பொருட்கள், ஆட்டுக்குட்டி சகிதம் கிணற்றுமேட்டுக்கு வந்தாயிற்று. இரும்புக்கழி ஒன்றிலும் தென்னை மட்டை ஒன்றிலும் ஓரத்தில் துணி சுற்றி மண்ணெண்ணெய் நனைத்து, தீப்பந்தம் தயாரானது.

கீழ்ப்பாய்ச்சுக் கோவணம் கட்டியிருந்த மாந்திரீகர், நெஞ்சு மற்றும் கைப்பகுதியில் எங்கும் கரியைப் பூசியிருந்தார். அவரது இடுப்பில் கயிறு ஒன்று கட்டப்பட்டு அதனைப் பிடித்தவாறு பின்னால் ஒருத்தர்

நின்றுகொண்டிருந்தார். மாந்திரீகர் 'எவ்வளவு' ஆவேசம் கொள்ளப் போகிறாரோ என்ற கிலி அதிகரித்தவண்ணமேயிருந்தது.

சில பூர்வாங்க ஏற்பாடுகளுக்குப்பின் அவர் கிடாயை வெட்டத் தயாரானார். ஏற்கெனவே தயாரான ப்ளாக் அண்ட் ஒயிட் மண்சட்டியில் அம்மா வேகவைத்த சோறு நிறைந்திருந்தது. நான் ரொம்பநேரம் கிடாயை இடுப்போடு அணைத்தவாறு நின்றிருந்தேன்.

தென்னை மட்டையில் செய்த பந்தம் 'டொணங்'கென்று துணிப் பகுதியோடு முறிந்து விழுந்தது. ஒரு பந்தம் மட்டும் மீந்ததில் அந்த முழு இருளில் அரை வெளிச்சத்தில் நாங்கள் மூழ்கினோம். முழு இருள் என்று குறிப்பிடுவது அமாவாசை இரவு என்பதைத்தான். கிடாய் வெட்டுகிறபோது நிலவின் பிறை, சுளை, முழுமை எதுவும் சாட்சிக்குத் தேவையில்லை. எங்கள் இரண்டு செல் பேட்டரியே தோட்டத் தரையில் மஞ்சள் நிலாவை உற்பத்தி செய்யும். மஞ்சள் நிறம் என்பதன்மூலமாகவே அதனது ஒளியுமிழ் திறனை நீங்கள் புரிந்துகொள்ளலாம்.

நான் கிடாயை, கொடுவாள் கையரான மாந்திரீகரின் முன் நிறுத்தினேன். யாரோ 'கிடா துலுக்கட்டும். தண்ணி தெளிங்க' என்றார்கள்.

கிடாய் தலையை இடதும் வலதும் ஆட்டி தன்னையே வெட்டுவதற்கு ஒப்புக்கொடுக்கும் செய்கைக்கு 'துலுக்குவது' என்று பெயர். தண்ணீர் தெளிக்கப்பட்டு அது சற்றுநேரம் அமைதியாய் நின்றிருந்தது. சடாரென திமிறிக்கொண்டு வேலி கடந்தது. மாந்திரீகருக்கு அவ்வளவு பெரிய கயிறைக் கட்டியவர்கள் ஆட்டுக்குச் சிறுகயிறையாவது கட்டியிருக்கலாம்.

பக்கத்துத் தோட்டத்துள் படை புகுந்தோம். ஒரு தீப்பந்தம், ஒரு டார்ச். முருங்கை அடர் தோட்டம், அமாவாசை, கறுப்பு ஆடு...

அரவம் கேட்டு பவர்புல் பேட்டரி லைட்டோடு பக்கத்துத் தோட்டத்துக்காரர் வந்துவிட்டார். எங்களுக்கு மரபுமீறின வெட்கம் வந்துவிட்டது. இம்மாதிரியான அதிபூஜைகளை எல்லாம் அண்டை வீட்டாரும், அண்டைத் தோட்டத்தாரும் அறியாமல் நிகழ்த்துவதுதான் கொங்குப் பகுதி மரபு.

எங்கள் இரண்டு தோட்டக் கிணறுகளுக்கும் இடையேயான பாதையில் அந்தச் சந்திப்பு நிகழ்ந்தது. அவரும் கூடச் சேர்ந்து ஆட்டைத் தேட ஆயத்தப்படுகையில் அதுவாக வந்து நின்றது ஆடு. அதன் கண்கள் ஆட்டுக்குட்டியின் கண்களே போலிருக்கின்றன. இதற்குத்தானே ஆசைப்பட்டீர்கள் மானுட குமாரர்களே! என்பதுபோல் கனைத்து, என் முழங்கால் உரசி நின்றது. அடைக்கலப் பொருளைக்

க.சீ.சிவகுமார் 17

கொல்வது உலகின் சுலப காரியம். அதைப் பிடித்துக்கொண்டு பலி யிடத்துக்கு வந்தாயிற்று. எளியவைகளுக்கென்று பீடம் ஏதுமில்லை.

இனி, கிடாயைத் துலுக்கவைக்கிற ரிஸ்க் எடுக்க யாரும் தயாரில்லை.

காரியம் முடிந்தது. அந்த இரவில் ஆட்டு ரத்தம் கறுப்பாகப் பீய்ச்சுகிறது.

மாந்திரீகர் தேவதைகளை வேண்டிக் கொண்டார்.

தேடிவரும் இடர்கள் பாதிவழியில் மடங்கிப்போகவும், அதிர்ஷ்டத் தின் வண்டி எம் வீட்டு வாசல் தேடிவந்து மூட்டைமூட்டையாக இறக்கித் தள்ளவுமான தொழுகை.

தோட்டத்தின் வேலியெல்லை முழுக்க நடந்து பலிச்சோற்றை வேலிக்கு அப்பால் வீச வேண்டும். மாந்திரீகர் ஓட்டை ஏந்திக்கொண்டு முன்னால் நடந்து வீசிச் செல்ல கயிறு பிடித்துக்கொண்டு பின்னொருவர். விசிறியெறியும் சோறு கீழே விழாதென ஐதீகம். இருளின் சிறுஅலகு காக்கை என மாறி அந்தரத்தில் லபக்கிவிடுமோ?

மாந்திரீகர் வயசில் இருந்த காலத்தில் ஆவேசக் கூக்குரல்களையும் எழும்புதல் குதித்தல்களையும் நிகழ்த்தியிருப்பார் என்பதற்குச் சில தடயங்கள் இன்றும் கிடைக்கின்றன. பழைய ஆவேசத்தின்முன் கயிறு கட்டி இழுத்தல் தேவையாயிருந்திருக்கிறது. இப்போது இடுப்புக் கயிறு அவசியமற்றது என்றபோதும் அது இன்றி ஓரணுவும் அசையாது அவருக்கு. ஒற்றைப் பந்தம் மற்றும் டார்ச் ஒளியில் அந்த ஊர்வலம். ஒரு தட்டில் எலுமிச்சைத் துண்டுகளை வைத்துக்கொண்டு வேலி தொண்ணூறு பாகைக்குத் திசை மாறுகிற சந்திகளில் வீசி வந்தேன் நான். சிட்ரிக் அமிலத்தின்மூலம் பிசாசுகளை வெல்லும் வேலை. தீப்பந்தம் மற்றும் பேட்டரி லைட்டோடு நாங்கள் தோட்டம் சுற்றி வந்ததில் மாட்டுக்கிடாரிக் கன்றுகள் இரண்டு 'சரித்திர காலத்தையும் நவீன காலத்தையும் ஒருசேர கண்ணுற்ற அதிர்ச்சியில் ஓடிப்போய் விட்டன. சேனாபதிபாளையம் பக்கம் போய் அவற்றை இன்று மீட்டு வந்தேன்.

சடங்குகள் ஒருவழியாக முடிந்தன. மாந்திரீகர் தொகையையும், கறியையும் பெற்றுக்கொண்டு திரும்பிப் பாராது போய்விட்டார். நிஜமாகவே திரும்பிப் பார்க்கக்கூடாதாம்.

வழக்கம்போல, எங்கள் பண்ணையம் நடந்துகொண்டிருக்கிறது. இடுப்பணைந்த சிறுகுட்டியின் வெப்பம் இன்னும் உண்டு உள்ளங்கையில்.

மேகங்கள் தீர்ப்பதில்லை

காற்று மேற்கிருந்து வீசியது. நிரந்தரமற்ற முத்திரையை அது மரங்களில் பதித்துக் கொண்டிருந்தது. மரங்கள் மெதுவாய்ப் பம்மி பின் விம்மியதில், சிலிர்க்கும் பச்சை முள்ளெலிகளெனத் தோற்றமிருந் தது. காற்றை எதிர்கொண்ட அருள்செல்வன் மேற்குத் திசையிலான குறிஞ்சியை நோக்கி நடந்துகொண்டிருந்தான்.

அகன்ற இருப்பிடத்தைக் கொண்டு, நிலைபெயராத தேர்போல 'குறிஞ்சி' என அழைக்கப்பட்ட அந்தப் பொது இடம் இருந்தது. கல்லுக்கட்டின் நான்கு முனைகளிலும் கல்தூண்கள் பெற்று அவற்றின் மீது சட்டங்கள் தாங்கி கூரை வேயப்பட்டு எக்காலமும் குளுகுளு வென்றிருந்தது.

மணி, பகல் பதினொன்று. அருள்செல்வனுக்குப் பசித்தது. தோட்டச் சாளையில் சாப்பாடு இருந்தும் சாப்பிடப் பிடிக்காமல்தான் அவன் வந்தது. தோட்டம் தெற்கே ஒரு மைல் தள்ளி வஞ்சி வலசுக்குப் பக்கமாய்ப் போகவேண்டும்.

வானில் கண்ணுக்குத் தெரியாத ஆலை இருப்பதுபோலச் சத்தம். உண்மையில், காற்று பொருட்களால் வழிபடும் ஓசை அது. ஆடிக் காற்று ஆனியிலேயே துவங்கிவிட்டது. காற்று இல்லாதபோது பங்குனி மாதம்போலக் கொளுத்தியது வெயில். பாளம்பாளமாய் வெட்டி உருவலாம்போலத் தெளிவான வெயில். நிமிடத்தில் வியர்வைச் சுரப்பிகள் கனன்றன. இன்றைக்கு மழை வருமோ என யோசித்தான்.

குறிஞ்சியில் அமர்வதற்குமுன் வானத்தைப் பார்த்தான். மேக அடுக்குகள் நகர்ந்துகொண்டிருந்தன. எந்தப் படலம் நகர்கிறது எனக் குழப்பமாய் இருந்தது.

குறிஞ்சியின் தென்கிழக்கு மூலைத் தூணில் சாய்ந்துகொண்டான். முன்பு வாட்டிய பசி, இப்போது இளம் பசியாய் மந்திக்க பற்களில் பசையுணர்ச்சி தட்டியது: மணல் அலை எழும் ஊளைப் பாலைவன மாய்த் தன் நாட்கள் நெடுக இருப்பதாக சொற்களற்று உணர்ந்தான்.

அம்மா சண்டை பிடித்ததால் சாப்பிடாமல் வந்துவிட்டான். அப்பாவோ பரிகசித்துச் சீண்டுகிறார். காட்டில் தவறவிட்ட கயிறுபோல கரையானேறிய வாழ்வு.

"இன்னம் சம்பாதிக்கக் காலம் கெடக்கு" எனச் சிலபேர் ஆறுதலாய்ச் சொல்கிறார்கள்.

"இந்த வயசுல சம்பாதிக்காம எப்ப சம்பாதிக்கறதாமா?" என்றும் சில குரல்கள்.

"இனிமே குறிஞ்சியில உன்னப் பாத்தேன்னா, உரிச்சு உப்புக்கண்டம் போட்டுருவேன்" என்று கறுவினார் நாச்சிமுத்து, அருள்செல்வனின் அப்பா. அது 'உப்பு'க்குப் பிடித்த தண்டமாய்த்தான் முடியும்.

திக்கற்றவர்களுக்குக் 'குறிஞ்சி'யே துணை என்று, இந்த ஊரில் இது இருக்கிறது. நிழலும் நிழல்சார்ந்த இடமும்.

திடீரென ஊர்முழுக்க நிழல் நேர்ந்தது. மழை முன்னர் காற்று. காற்றின் ஈரம் உடை மறைக்காத முடிக்கால்களில் ஊடுருவியது. நிமிர்ந்து அமர்ந்தான். அடிவயிற்றுக்கு மேலாக வலித்தது. கால்களைக் கீழே தழையவிட்டுக் குதித்தான். குடல் கால்பந்தின் பிளாடர் போலக் குலுங்கியது. மீண்டும் சயனகதியில் கிடந்தால் தேவலை என்பதாகத் தலை கிறுகிறுத்தது. ஒரு ஏக்கர் பரப்புக்குக் கண்முன்னால் பாதரசக் கோல்களின் மயமயப்பு. பார்வை தெளிவான நேரம் மின் கம்பி யிலிருந்து எழுந்த காகம் திசையை ஊடுருவியது.

வானத்தை நிமிர்ந்து பார்த்தான். நீலத்தின் இடைவெளி சிறிதும் இன்றி மேகங்கள் மெழுகியிருந்தது ஆகாயம். தண்ணீர் ஊற்றப்பட்ட சாம்பல் நிறத்தில் இருந்தன மேகங்கள். சூரியன் வெப்பம் தொலைத்து, சுத்திகரிக்கப்பட்டு மெருகு ஏற்றிய நிலவுபோலிருந்தது. இனிச் சுடரிழந்து கற்பூரத்தேசலென ஆகி, மேகத்துக்குள் முகமிழக்கும். பகல் மிருதுவாகவும், மயக்கம் நிறைந்ததாகவும் ஆனது. தான் இருப்பது மகிழ்ச்சியிலா, துயரத்திலா என்று அவனுக்குப் பிடிபடவில்லை.

அனிதாவை நினைத்துக் கொண்டான். சிவந்த நிறமும் சுருட்டை முடியும்கொண்ட அவள், சிற்பத்தின் மூக்கையும் மனதைச் சிதறடிக்கும்

கண்களையும் பெற்றிருந்தாள். அந்த அழகுதான் நல்லம்பாளையம் திருவிழாவில் அவனை கணுக்கால் புழுதிகொள்ள அலைக்கழித்தது.

சக்திவேல்தான் மிரட்டுகிறான். "வால்ல வற ஓலையைக் கட்டி முடுக்கீருவானுகடா நல்லம்பாளையத்தானுக. அது சரி. அது எப்படிடா செழும்பா இருக்கறதுகளையே காதலிக்கறீங்க?"

சக்தி அப்படிப் பேசினாலும் அனிதாவைப் பற்றிப் பேசுவது அருள்செல்வனுக்கு உவப்பாகவே இருக்கிறது.

காற்று ஓங்கிப் பலக்கவும் குளிர்ந்தது. வயிறு நிறைந்திருந்தால் இதுவே சுகமான காற்று. இப்போது குறுகிக் குறுகவேண்டியிருக்கிறது.

பாக்கெட்டை தொட்டுப் பார்த்தான். ஒரு சிகரெட்டும் தீப்பெட்டியும் இருக்கவே, நுரையீரலுக்கு வெப்பமும் துயரமும் கொடுத்தான். வில்லங்கமான ஆசாமிகள் வந்தால் அணைத்துவிடும் எச்சரிக்கையோடு புகைவிட்டான். புகைத்துக்கொண்டே 'இந்தக் கருமத்தை விட்டுவிட வேண்டும்' என நினைத்தான்.

தோட்டத்துக்குப் போகலாம்தான். வேலை எதுவும் இல்லாததால் இரவு பகல் விவஸ்தையின்றித் தூக்கம் வருகிறது.

'தூக்கப் பிசாசு பிடிச்சுக்கிச்சா?' என நாச்சிமுத்து திட்டுவார்.

தூக்கத்துக்கு அமானுஷ்ய சக்திகள் ஏதாவது காரணமென்றாலும் அதற்குக் காரணம் தேவதையாகத்தான் இருக்க வேண்டும்.

"பையனுக காலத்துலயாவது நல்லவிதமா இருக்கலாம்னு நெனைச்சேன். நாம் வாங்கிவந்த வரம் அவ்வளவுதே. கெட்டு நந்து சீரழிய விதிச்சிருக்கு" என்று தங்கம்மா புலம்பித் தீர்வாள். ஆனாலும் தோட்டம் போய்த்தான் ஆகவேண்டும். புறப்பட ஆயத்தமானான்.

தூரத்தை நடந்து கடந்துவிடலாம். காலத்தை என்ன செய்ய? அழிச்சாட்டியத்துக்கு மெதுவாக நகர்கிறது காரியமற்றவனின் நொடி முள். எழுந்து கிழக்கே நடந்தான்.

'ஊத்தூர்' எனக் கைகாட்டி நிறுத்தப்பட்ட நாற்சந்தியில் தெற்கே திரும்பினான். திரும்புமுன் வடக்கே யதேச்சையாகத் திரும்ப, 'கரியமாபுதூர் குப்புசாமி' வந்துகொண்டிருப்பது தெரிந்தது. இவனைக் கண்டுவிட்டு அவரும் விரைசலாக வந்து சேர்ந்தார்.

"மச்சே!" என்றான். உடலெங்கும் பூரிப்பு ஓடிற்று அருள் செல்வனுக்கு.

"என்ன மாப்ள! நீயும் தோட்டத்துக்கா?"

"ஆமாங்க. பஸ்லயா வந்தீங்க?"

“ஆமா. பைக்கு நம்மாளு ஒருத்தரு கொண்டுபோயிட்டாரு. விஃபோர் பஸ்ஸைப் பிடிச்சு அப்படியே வர்றேன். மாமன் தோட்டத்துல இருக்காங்களா?”

“ம். ஆமாங். அப்பா தோட்டத்துலதானுங்க.”

இருவரும் பேசிக்கொண்டே நடந்தார்கள். தன்னோடு சமவயசுக் காரன்போலவும், தன் அப்பாவோடும் அவரது சமவயசுக்காரர் போலவும் பேசுகிற குப்புசாமியைப் பார்க்கும்போதெல்லாம் அருள்செல்வனுக்கு ஆச்சரியமாயிருக்கும். நாச்சிமுத்துவும் குப்புசாமியும் முறையே மாப்ளே! மாமா! என விளித்துப் பேசிக் கொள்வார்கள்.

குப்புசாமி மூணு மாசம், நாலு மாசத்துக்கு ஒரு விசை வருவார். அடிக்கடி அருள்செல்வனிடம் ‘நம்ம ஊருக்கு வா மாப்ளே!’ எனக் கூப்பிடுவதுண்டு. அவன்தான் போனதில்லை இதுவரை. ஆனால் மகிழ்ச்சியை உடன் அழைத்துவரும் விருந்தாளிதான் அவர்.

“பக்கடுசுல மழை எதுவும் பெய்ஞ்சுதா?”

“போன வாரம் ஒரு உழவு மழை பேஞ்சுதுங்க. இன்னிக்கு ஒரு புடிபுடிச்சுதுன்னா நல்லா இருக்கும்.”

பக்கலில் உள்ள காடுகளை வகிர்ந்துகொண்டு அந்தத் தார்ச்சாலை தெற்கே போயிற்று.

“இந்த வேலியில் இருந்து பார்த்தா மறுவேலி வரைக்கும் அல்டீப்பா தெரியுது மாப்ள. ஆடு குட்டிக்குக்கூட பச்சை இருக்காதாட்ட இருக்குது.”

“ஆமாங்க. ஆட்டுக்குட்டிக்குப் பச்சை இருந்தா என்ன, இல்லாட்டி என்ன நமக்கு” என்று சலிப்பாய்ச் கூறியவன், மோனைக்காரர் காட்டிலுள்ள பனைகளை அண்ணாந்து பார்த்தவாறு நடந்தான். பெரிய திராட்சைகளைப் போல பனைகள் குலைதள்ளியிருந்தன.

“வேலை வெட்டி ஒண்ணுக்கும் போகலியா மாப்ளே?”

“இல்லீங்க மாமா. கந்துக்கடைக்குப் போயிருந்தேன்; தோது வர்ல. வந்துட்டேன். இனிதான் எதாச்சும் பண்ணணும். உங்களையாட்டம் அமராவதிப் பாசனம்னாலும் பரவாயில்லை...”

“உனக்கு என்ன வயசிருக்கும் இப்போ?”

“இருபத்தி ரெண்டு. எதுக்குக் கேக்கறீங்க?”

“பொண்ணு பாக்கத்தே. நல்லம்பாளையத்துல ஒரு பொண்ணு வருது. பாத்துடுவமா?”

'ஐயோ... மச்சே!" இப்போது வெட்கத்தால் சிரித்த புன்னகையில் உட்கடைவாய் வலிக்க, "உங்களுக்கு யாரு சொன்னது?" என்றான்.

"இது பெரிய உலக ரகசியமா? ஆமா. அந்தப் பொண்ணு என்ன டிகிரி முடிச்சிருக்குதா?"

"ஆமாங்க. கரூர் காலேஜ்லதான் பி.எஸ்ஸி., முடிச்சிருக்கு."

"நமக்கும் எல்லா வசதியும் இருந்தா பொண்ணைக் கேட்டுக் கட்டிடலாம். அவங்க வீட்ல நல்ல வசதி தெரியுமா... டிராக்டர்... காருன்னு..."

அருள்செல்வன் ரொம்ப யோசித்தான். அவளைவிட இரண்டு வயசு அதிகம் என்பதைத் தவிர என்ன தகுதியிருக்கிறது தனக்கு. படிப்புகூட மூணு வருஷம் கம்மி. ஏணி வைத்தால் எட்டுமா-வசதியிலும் வாய்ப்பிலும்?

ஆனால் ஏணிகளைக் கருத்தில் கொள்வதில்லை காதல்.

"அவளைச் சரிசொல்ல வச்சிடு. என்ன ஆனாலும் நான் கட்டி வச்சிடறேன்."

"கட்டி வைக்கறீங்களா? அவங்கப்பாவும் அப்படித்தான் சொல்றாரு."

"இந்தக் கொழுப்புதாண்டா உங்ககிட்ட நமக்குப் புடிக்காதது. கல்யாணம் கட்டிவைக்கிறேன்."

அருள்செல்வன் பசியை உணரும் சகல நரம்புகளையும் இப்போது தொலைத்தான்.

"தோட்டத்துல ஒண்ணும் பண்ணலியா?"

"கெணத்துல தண்ணி கமிஞ்சு போச்சுங்க மச்சே. நாலு வாய்க்கால்ல இருக்கற முருங்க மரம் பாயும். அவ்வளவுதான்."

"போர் கீரு போட்டு விவசாயத்தை மும்முரமா பாரு. அனிதாவைப் பொண்ணு கேட்டுடலாம்."

குப்புசாமி விளையாட்டுப் போக்கில் நாச்சிமுத்துவிடம் பற்றவைத்து விடுவாரோ எனப் பயமாயிருந்தது. தார்ச்சாலையிலிருந்து கிளைத்துக் கிளம்பும் கை இட்டாரியில் நடை திரும்பியதும்,

"எங்க வீட்டுக்கு இன்னும் தெரியாது. சொல்லிராதீங்க மச்சே" என வேண்டிக் கொண்டான்.

"சேச்சே... இதப் போய்ச் சொல்லுவனா."

இட்டாரிக்குள் நடப்பது ஏதோ குகைக்குள் நடப்பதுபோலிருந்தது. மேகங்கள் குழுமித் தாழ்ந்து மயக்கிருட்டுக் கட்டியிருந்தது.

தோட்டத்துக்குள் நுழைந்தபோது தங்கம்மா மாட்டைப் பிடித்துக் கொண்டுவந்தாள். நாளையும் வருவேன் என்று வளையக்கால் ரேகைகளை மாட்டின் முதுகில் பதித்துவிட்டு மைனா ஒன்று பறந்தது. கட்டுத்தறியில் கட்டிவிட்டு வேகமாய் வந்து குப்புசாமியைப் பார்த்து, "வாங்க!" என்றாள். சாளைக்கு வெளியே கட்டிலை எடுத்துப் போட்டு அமர்ந்தனர். தங்கம்மா காப்பி வைப்பதற்கு சமையலறைக்குள் நுழைந்தாள்.

மோட்டார் கவரை மூடுகிற சப்தத்தைத் தொடர்ந்து கிணற்றின் பாம்பேரிக்கு மேலாக நாச்சிமுத்துவின் தலை தெரிந்தது. பின் அவர் மெதுவாக சாளையை நோக்கி வந்தார்.

நாச்சிமுத்துவின் முகத்தில் மெல்லிய வாட்டத்துக்குப்பின் புன்னகை எழுவதை அவதானித்து அருள்செல்வன் குழப்பினான்.

"வாங்க மாப்ளே!" என, குப்புசாமிக்கு முகமன் கூறியவாறு நாச்சிமுத்து வர, அருள்செல்வன் கட்டிலிலிருந்து எழுந்து சைக்கிள் அருகே போனான்.

ஒற்றைத் தொடையில் கேரியரில் அமர்ந்தவாறு சமநிலைக்காக இடதுகையால் சைக்கிள் ஸீட்டைப் பிடித்துக் கொண்டான்.

நாச்சிமுத்து, "மழை வாறாப்ல இருந்துதுன்னு மோட்டாரை மூடிட்டு வர்றேனுங்க" என குப்புசாமியிடம் பேச ஆரம்பித்த நேரம் தங்கம்மா, அருள்செல்வனைக் கூப்பிட்டாள்.

"என்னம்மா?" என்றவாறு உள்ளே நுழைந்தவனிடம் தங்கம்மா, "தீப்பெட்டில குச்சி அறவாத் தீந்து போச்சு. இப்ப எப்படிக் காப்பி வைக்கறது. சைக்கிள் எடுத்துகிட்டு கடைவீதி போய் வாங்கியா" என்றாள்.

ஒரு மைல் சைக்கிளில் போவதை எண்ணி வெறுப்படைந்த அதே நேரம், சட்டைப் பையில் தீப்பெட்டி இருப்பது நினைவு வந்தது.

"இங்கே எங்காவது வேற பெட்டி வச்சிருப்பே" என தங்கம்மாவிடம் சொல்லிவிட்டு, தேடுவதுமாதிரி பாவனை காட்டிய பின் சட்டைப் பையில் இருந்த தீப்பெட்டியைக் கொண்டுவந்து கொடுத்தான்.

தங்கம்மா கையில் வாங்கிக்கொண்டு முறைத்தாள். தீப்பெட்டி இல்லாமலே பற்றிக்கொள்ளும்போல் நெருப்புப் பார்வை.

அவள் வாங்குவது எப்போதும் மரக்குச்சிகள் கொண்ட குளோப் தீப்பெட்டிகள். அருள்செல்வனோ, மெழுகுக்குச்சிகள் கொண்ட தீப்பெட்டியைக் கொடுத்திருந்தான். சிகரெட் குடிப்பவர்களுக்காகவே விற்பனையாவது அது.

"எத்தனை நாளா இது? அளவா இருந்தா *சரி*."

தங்கம்மா மன்னிப்பதற்கு வேண்டி வசீகரமான சிரிப்பொன்றை அருள்செல்வன் பரிசளித்தான்.

"என்ன சத்தம்... உள்ளே " என்று நாச்சிமுத்துவின் குரல் கேட்டது.

"ஒண்ணுமில்லை. இங்க செல்வன்கிட்ட..." என்றாள் தங்கம்மா. ஆசுவாசமான மனதோடு மீண்டும் வந்து சைக்கிள் அருகே நின்றான்.

தென்னை, பனைமரங்கள் ஒரு பக்கமாய் முகம் காட்டும்விதம் காற்று பலமாய் வீசி ஓய்ந்தது. அலைக்கழிந்த மேகங்கள் மரங்கள்மேல் கூடி நின்றன. குடைக் கறுப்புக்குச் சற்றே மாற்றுக்குறைந்த கருமை. இனி தாளாது எனும் சுமையில், விசும்பின் துளிகள் விழ ஆரம்பித்தன. பெரிய துளிகளாய் விழுந்து மண்ணில் முளைத்தன வட்டங்கள்.

"டேய், கட்டிலை எடுத்துக்கிட்டு வா!" என்ற கட்டளையோடு நாச்சிமுத்துவும், அவரைத் தொடர்ந்து குப்புசாமியும் சாளைக்குள்ளாகப் போனார்கள்.

அவர்கள் கட்டிலில் அமர, அருள்செல்வன் கீழே அமர்ந்து கொண்டான். சிலீர் பரவி, முழங்கைப் பகுதியில் குளிர்ப்புள்ளிகள் தோன்றின. தங்கம்மா காப்பி கொண்டுவந்தபோது நாச்சிமுத்து "முருங்கை மரத்துப் பூவெல்லாம் விழுந்துரும் இந்த மழைக்கு" என்றார். தங்கம்மா, "விழுந்தாப் போகுது. இங்க ஒருத்தருக்கும் ஆடு குட்டிக்கே பச்சயில்லாமக் கெடக்குது..." என்றாள். ஊரில் உள்ள ஆடுகள்மேல் பரிவுகொண்டு அவள் அப்படிச் சொன்னதும் குப்புசாமி புன்னகையுடன், "அக்கா மாறவேயில்ல. அப்படியேதான் இருக்காங்க" என மெச்சிக் கொண்டார்.

காப்பி தம்ளர்களை எடுத்துக்கொண்டு தங்கம்மா உள்ளாகப் போனாள்.

அமைதியின்மீது மழை பெய்துகொண்டிருந்தது. பரப்பெங்கும் குளிர்ச்சி மேவியதில் புல்பூண்டுகளின் விதைகள் ரகசிய மறைவிலிருந்து கிளர்ந்துகொண்டிருந்தன. கண்ணுக்கு முன்னால் மெல்லிய கண்ணாடித் திரைகள் ஏராளம் துளைகளுடன் நடனமாடிக் கொண்டிருந்தன. பனைமரத் தண்டுகள் அண்டங்காக்கை நிறமெய்தின. நாளை புற்றுச் செம்மண்ணில் காளான்கள் பூக்கும். ஆதாரப் பசுமைகள் என்றென்றும் துலங்கும்படி இம்மழை பிரியம்விடாது பெய்துகொண்டே இருக்கவேண்டும்.

மண்ணின் உறிஞ்சுதிறன் தீர்ந்ததும் மழைநீர் தேங்கியது. தேங்கிய நீரில் திவலைகள் விழ, 'பிளாச்' சத்தமிட்டு அலைச் சுருள்கள் விரிந்தன. இதுவரை கலையா மோனத்தின் கடலில் ஒரு படகில் துயரற்ற

க.சீ.சிவகுமார் 25

நெடும்பயணத்தில் செல்வதாய் உணர்ந்திருந்த அருள்செல்வனுக்கு உச்சிவானில் இடி இடித்தது "வருஷம் நாலு ஆச்சுங்க மாமா. முத இரண்டு வருஷம் வட்டியவாச்சும் அப்பப்ப குடுப்பீங்க. இந்த ரெண்டு வருஷமா அதுவும் இல்ல. ஐயாயிரத்துக்கு எவ்வளவுன்னு கணக்குப் போட்டுப் பாருங்க."

குப்புசாமி கேட்கவும் அவரது பார்வையை எதிர்கொள்ள முடியாது தலையைத் திருப்பினவாக்கில் பார்வையைத் தழைத்துக்கொண்டார் நாச்சிமுத்து. அருள்செல்வனின் முகத்தில் எதிர்பாராத வெம்மை படர்ந்து முட்புதரில் அடியுண்ட குருவியென விழுந்திருந்தான்.

"என்ன பண்றதுங்க மாப்ள. ரெண்டு வருஷமா மழை துளி ஒண்ணுமில்ல. காலத்தை ஓட்டறதே பெரும்பாடா இருக்குது."

"பணம் எம்படது மட்டுமல்லவுங்க மாமா. ஃபைனான்ஸ் பணம். பத்துப்பேரு காரியம். எல்லாருங் கேக்கற அன்னிக்கு நான் தலையக் குத்தி உக்காந்திருக்க வேண்டியிருக்குது. ஜாமீன் போட்டு வாங்கிக் குடுத்தா, நீங்க இப்படிப் பண்ணுனா என்ன அர்த்தம்?"

"பாருங்... போன வருஷம் அஞ்சாறு ஆடு இருந்தது. பேசாம, அத வித்தாவது உங்களுக்குக் குடுத்துருக்கலாம். பொட்டுனு நீலநாக்கோ, என்னமோ சீக்கு வந்து செத்துப்போச்சு."

"இதெல்லாம் பதில்னு சொல்லாதீங்க மாமா. குடுக்கணும்னா எப்படியும் குடுத்துரலாம்."

"இந்த தைக்குள்ள எப்படியாவது பெரட்டித் தந்திடறேன். கோவிச்சுக்காதீங்க."

"கோபமெல்லாம் ஒண்ணுமில்லீங்க. சங்கடந்தே. தாடாத்தியா இருந்தா நான்கூடக் குடுத்து செட்டில் பண்ணீருவேன். நீங்க வட்டியவாச்சும் மாசாமாசம் முறையாக் குடுக்கறாப்ல பாருங்க."

இதைச் சொல்லிவிட்டு இறுக்கமான முகத்தோடு குப்புசாமி மழையைப் பார்க்க ஆரம்பித்தார்.

மழைத்துளிகள் நீந்தித் தாழுகிற ஆகாயம். அருள்செல்வனுக்கு ஏதோ சிறையில் இருப்பதுபோலிருந்தது.

உள்ளிருந்து தங்கம்மா, "ஏனுங்... சாப்டுட்டுப் போலாமல்லங்" என்று குப்புசாமியை வினவுகிறாள். குரல் பலகீனமாய் ஒலிக்கிறது.

குப்புசாமி, "அதுக்கென்னங்கா. நம்ம வீட்ல சாப்டறதுக்கு என்ன? இன்னொரு நாளைக்கு சாப்டாக் கெடக்குது. இன்னிக்கு ஒரு வேலைங்க. மழைவிட்டதும் கிளம்பிட வேண்டியதுதான்" என்றார்.

எரியும் அடுப்பில் கொழுந்து விட்டும் எரியாத அடுப்பில் நீறுபூத்தும் தகிக்கும் வெம்மையில் தங்கம்மா.

மழை நின்றுவிட்டிருந்தது.

"எப்படிங்க மாமா! இந்த மழைக்குப் பிறகு தண்ணி தாட்டுமா எதாச்சும் பயிரு பண்றமாதிரி?" என குப்புசாமி கேட்கவும், நாச்சிமுத்து "தெரிலீங் மாப்ள. நாளக்கிப் பாத்தாத் தெரியும். நவுரு தட்டுதான்னு. எதுக்கும் இன்னொரு மழை பேஞ்சா நல்லாயிருக்கும்" என்றார்.

"மிளகா நாத்து வேணும்னா எங்கேயும் போவேண்டாம். நம்முளுதே தேனிச்சம்பா விட்டு வச்சிருக்கேன். வந்து எடுத்துக்கிட்டு வந்துருங்க. மாப்ளய அனுப்பிச்சு வைங்க" என்ற குப்புசாமி, அருள்செல்வனைப் பார்த்தார். பின், பிரிதல் நிமித்தம் நாச்சிமுத்துக்குக் கும்பிடு போட்டார். தன்னைவிட பதினைஞ்சு வயசு குறைந்த ஒருத்தரிடம் ஏன், அப்பா கடன் வாங்கினார் என அருள்செல்வன் யோசித்துக்கொண்டிருந்தான்.

நாச்சிமுத்து, "அருளு! அவரு கூடப்போய் கோட்டாம்பாளையம் முக்குல இப்ப ரெண்டு சி வந்துரும். பஸ் ஏத்தி விட்டுட்டு வா" என்றார்.

அருள்செல்வன், குப்புசாமியுடன் நடந்தான். ஒட்டி நடக்கத் தயங்கி ஒரு மூன்றடி பின்தள்ளியே நடந்துகொண்டிருந்தான். சட்டென வேலியில் நீட்டிய முள் ஒன்றைப் பிடித்தவாறு நின்றுவிட்டான்.

பின்தொடர்தலின் அணுக்கம் தவறியதை உணர்ந்த குப்புசாமி திரும்பிப் பார்த்தார். அவரது கண்களைச் சந்தித்த மறுகணம், "அப்பா உங்ககிட்ட பணம் வாங்கினது எனக்குத் தெரியாதுங் மச்சே" என்றான்.

உப்பும் கரிப்புமாய்க் கட்டிய திரவ அணை கண்மணியின் கீழாகக் கோடிட்டு இறங்கியது. மழையின் ஈரக்குளுமை உடைகளில் இருக்க குளிர்ச்சியாய் அவனைத் தோளோடு அணைத்துக்கொண்டார் குப்புசாமி. தோள்களின் கீழான வெப்பம் அவனது பிடரியில் உராய்ந்திருக்க "டேய்... மாப்ள" என்றபோது அருள்செல்வன் உடைந்து அழுதான்.

"என்னடா... கிறுக்கனாட்டமா?"

"ஒண்ணுமில்லீங்..."

"இதெல்லாம் சகஜம்டா. சின்னப்பையன் உனக்குத் தெரிஞ்சு ஆகப் போறதென்னன்னு சொல்லாம இருந்துருப்பாங்க." அருள்செல்வன் இன்னும் தேம்பியவண்ணமிருந்தான்.

"எல்லாத்துக்கும் இடைஞ்சல் வர்றதுதான். கலங்கலாமா அதுக்கு. கீகாத்து ஆறு மாசம், மேகாத்து ஆறுமாசம். இப்ப என்ன கழுத்துக்கா கத்தி வந்திருச்சு? உங்கப்பாவும் முந்தி எவ்ளவோ பண்ணியிருப்பாங்க. அத நான் மறந்துர முடியுமா? இல்ல நீ பெரிய ஆளாகி வந்தா எனக்கொரு காரியந்தே பண்ணமாட்டியா? ஆபத்துக் காலத்துக்கு

உதவறதுக்குத்தே நாலு மக்க மனுஷரு. இதுல கேவலம் ஒண்ணுமில்ல... நீ எப்பவும்போலத்தான் என்கிட்ட இருக்கணும். மருகிக்கிட்டு இருக்கப்படாது என்ன?”

“............”

“நீ என்ன சேத்துல நட்ட கம்பமாடா சாயறதுக்கு? மூஞ்சியத் துடைச்சிக்கோ” என்றதும், குனிந்து கைலியால் முகத்தைத் துடைத்து கொண்டு பரிதாபகரமாகச் சிரித்துவைத்தான். பாதை காதவழியென நீண்டுகொண்டிருந்தது.

“நல்ல கூத்துடா மாப்ள உன்னோட. இன்னமும் சின்னப் பையனாட்டமே இருந்தா எப்படி? காட்டையும் மழையையும் நம்பி ஆகப் போறதில்லைன்னா வெளில கிளம்பிட வேண்டியதுதானே?”

“என்ன பண்றதுன்னே ஒண்ணும் புரிலீங்க.”

“ஒண்ணும் மனஞ்சோர வேண்டாம். நாலு சைக்கிள் கட்டய வச்சு வாடகைக்கு விட்டாக்கூடப் பொழப்பு நடந்துரும். வட்டிக் கடை ஒத்து வர்லியா, டெக்ஸ் அது இதுன்னு போ. இல்லைன்னா கதர்க் கடைக்குப் போ. வா நான் சொல்லிச் சேத்துவிடறேன். முதல்ல கம்மியாக் குடுப்பாங்க. பின்னாடி சேத்தித் தருவாங்க. என்ன ஒண்ணும் பேச மாட்டீங்கறே?”

“ஒண்ணுமில்லீங்... அதுதே நீங்க பேசறீங்கள்ல?”

“இப்பத்தே நம்ம மாப்ளயாட்ட பேசறே. திடமா இருக்கணும். சரி, நாளைக்கு ஊருக்கு வா. மிளகா நாத்தைப் பிடுங்கிக் கொடுத்து விடறேன். ஒரு ரெண்டு குழி நடுங்க.”

குப்புசாமி முதுகில் தட்டிக் கொடுத்தார்.

பஸ் நிற்கிற இடத்திற்கு வந்தாகிவிட்டது. காத்து நிற்கும் வேளையிலும் உற்சாகமாக நிறையப் பேசிக்கொண்டிருந்தார். பஸ் வந்து படியேறக் கால்வைக்கும் போதும், “நாளைக்கு வா மாப்ளே, மறந்துடாம” என்றார்.

சூணாங்காட்டு வளைவு தாண்டியதும் இரண்டு சி பேருந்து பார்வைக்கு மறைத்துவிட்டது. ஒரு பெருமூச்சுக்குப்பின் தோட்டத்தை நோக்கி நடந்தான்.

இருமருங்கிலும் செம்மைசார்ந்த வயலட் நிறத்தில் கொளிஞ் சிப் பூக்கள் காற்றில் ஆடியவண்ணமிருந்தன. வேலிகளின் வறண்ட முட்களிலும் முத்துக் கோர்த்து இன்னும் சொட்டிக் கொண்டிருக்கிறது மழை ஈரம்.

குரங்குப் பணியாரம்

கிளைகள் எங்கும் காம்புகள் வைத்து காய்களைச் சுரக்கின்றன மரங்கள். முன்பின் என்ற பேதம் இல்லாது, எதிர்பாராத இடங்களில் காம்புகள் வைத்த மரங்கள். முருங்கை மரங்கள் நிறையக் காய்ப்பதாய் இருக்கிறது இப்போதைய தோட்டம்.

இந்த மலிவுக்காலத்தில் வாய்க்காலின்மீது பச்சை சிறுகுன்றுபோல் அம்பாரமாய்க் குவிந்து கிடக்கின்றன காய்கள், குச்சிப்பச்சையைத் துருத்தியவாறு. பொருத்திய கேரியரோடு டீவிஎஸ் 50 வாய்க்காலுக்குப் பக்கத்திலேயே நின்றுகொண்டிருக்கிறது. தென்னம் பாளையைக் கோணி ஊசியால் வகிர்ந்து சணல் பருமன் உள்ள நாராக்கி காய்களைக் கந்தசாமியும் குங்குமலட்சுமியும் கட்டிக்கொண்டிருந்தனர். மகன் அன்புச்செல்வன் அம்மாவுக்கும் அப்பாவுக்கும் எட்டாத உயரத்தில் உள்ள காய்களைப் பறிப்பதில் முனைந்திருந்தான்.

"பறிச்சதுபோதும் வாடா..." என்ற கந்தசாமியின் குரல் கேட்டதும், அன்புச்செல்வனும் வாய்க்கால் அருகில் வந்தமர்ந்து காய்களைக் கட்ட ஆரம்பித்தான்.

குங்குமலட்சுமி, "கத்தை ரண்டு ரூவாயிக்குப் போனாக்கூட தேவுல" என்றாள்.

"நம்ம சந்தையிலயே ஓர்ரூவாயிக்குதான் போச்சு. இன்னிக்கு மாலமேட்டுலயாவது பாப்பம், எவ்வளவுக்குப் போகுதுன்னு" என்ற கந்தசாமி அன்புச்செல்வனைப் பார்த்து, "டே, விலைய உட்டுக்குடுத்துப் போட்டுறாத" என்றார்.

“ஆமாமா... வெள்ளிக்கிழம சந்தையில நாப்பது ரூவாயிக்குக் கேட்டு போடாம வச்சிருந்து கடசியா முப்பது ரூவாயிக்குப் போடறாப்ல ஆயிப்போச்சு” என அன்பு சடைந்துகொண்டான்.

அவனுக்கு சந்தைக்குப் போகவே மனசில்லை. கொண்டுபோகிற கூலிக்குக்கூட கட்டாது. என்ன பண்றது, காய் மூணு ரூபா, நாலு ரூபா விக்கும்போது நம்ம தோட்டத்தில் காய்க்கிறதில்ல. இப்படி சீப்பட்டு சீரழிஞ்சு கிடக்கியில மானாங்கண்ணியா எக்களிக்குது. காய்களைக் கட்டி முடிக்கவும் நாற்பது கத்தைகள் ஆயிற்று. கத்தை ஒவ்வொண்ணுக்கும் சுமார்

இருபத்தைந்து காய்கள் இருக்கும். டீவிஎஸ்-ஸின் கேரியரில் வைத்துக் கட்டியானதும் காய்களின் முழுப்பொறுப்பும் இருபத்து மூன்று வயதுள்ள அன்புச்செல்வனைச் சார்ந்தது.

“மாலமேட்டு வரைக்கும் பெட்ரோல் இருக்குமாங்கப்பா?”

“இப்பத்தான் ரிசர்வ் விழுந்தது. பத்து கிலோமீட்டர்தான... இருக்கும் போ, வரும்போது பெட்ரோல் அடிச்சிட்டு வந்துரு.”

அவரவர் தகுதி அவரவர் வாகனத்தால் காணப்படும். அந்த வண்டி வருத்தப்பட்டு பாரம் சுமப்பதற்கென்றே நின்றிருந்தது. 6867 என்ற எண்ணுக்குக்கீழாக அன்பு எண் தகட்டில் ‘அக்னிக்குஞ்சு’ என எழுதி வைத்திருக்கிறான். ஸ்டேண்டைத் தள்ளிவிட்டு ஏறி அமர்ந்துகொண்டான். அவனது இடுப்புக்குமேலான பகுதி பச்சைப் பின்புலத்தில் தோன்றியிருந்தது. சட்டென ஒரு தோற்றத்தில் அவன் குதிரைவீரனைப் போலிருந்தான். முருங்கைக் கற்றைகளும் அம்பறாத்தூணிகளின் அளவே இருந்தன. தொடர்ந்து பச்சை அம்புகளை அவன் தொடுத்துக்கொண்டே இருக்கலாம். பாவம் கையில் வில் இல்லை. ஆக்ஸிலரேட்டர் இருந்தது. இடது கையில் கிளட்சைப் பிடிக்கத் தயாரானவனாக, “தள்ளிவிடுங்க” என்றான். கந்தசாமி வண்டியை உந்தித் தள்ளினார். இன்ஜினின் பட்டாம்பூச்சி வால்வு கிளட்சின் அசைவுக்கு சற்றே திறந்து வண்டி கிளம்ப ஏதுவான காற்றையும் எரிதிரவத்தையும் இன்ஜினுக்குள் தள்ளியது.

வண்டி உருளத் துவங்கியது மண் பாதையில். கோட்டப்பம்பாளையம் கடந்து ஆனங்கூர் வரை மண் பாதை. அந்த அகலப்பாதையில் சிறு வாகனத்துக்கான ஒற்றையடியில் வளைந்து நெளிந்து ஓட்டிக்கொண்டு போனான். ஆனங்கூரில் தார்ச்சாலை இணைந்தது.

ஒவ்வொருமுறை வண்டி ஓட்டிப் போகும்போதும், ‘பாதியில் நின்று போய் கழுத்தறுத்து விடக்கூடாது’ என்று பயமாகவே இருக்கும். நல்லவேளையாய், இதுவரை அப்படி ஆனதில்லை.

அன்றைக்கு அப்படித்தான்... ஒரு ஐம்பத்தைந்து வயதுக்காரார் மாமரத்துப்பட்டிக்கு அருகில் சண்முகசித்தாறின் ஓடுபாலத்தில் ஏராள முருங்கைக் காய்களோடு மொபட்டைத் தள்ளிக்கொண்டு போனார். கொண்டு சேருவதற்குள் சந்தை முடிந்துவிடக்கூடாது என்ற பதற்றம் நெற்றிப்பொட்டில் வியர்வையாய் வழிந்துகொண்டிருந்தது. தொடுவானம் வரை நீண்டிருந்த கருத்த தார்த்தடத்தில் மூச்சிரைக்க அவர் நடந்துகொண்டிருந்தார். வாழ்க்கைப் பயணத்தின் வழித்துணை போல வலப்புறம் வண்டி உருண்டவாறிருந்தது. சந்தையை அடைந்துவிட்டால் பிறவிக்கடலைக் கடந்த ஆசுவாசத்தை அவர் பெறக்கூடும்.

நரிசினம்பட்டிக்கு சற்றே முன்னாடி முதலாவது வேகத்தடையை அன்புச்செல்வன் எதிர்கொண்டான். அந்த வேகத்தடை ஒரு நாயின் உருவத்தில் இருந்தது. கேட்டில் K.N.P. என்று எழுதிய தோட்டத்துள் இருந்து இவனது பாதத்தை நோக்கி ஓடிவரும். இவனை எதிர்பார்த்தே அது காத்திருக்கும்போல. அதன் மிகுபாய்ச்சலுக்குப் பயந்து மெதுவாக வண்டியை ஓட்டுவான். கொஞ்சதூரம் இணையாக ஓடிவந்து, “போவ்” என்றுவிட்டு, அதனுடைய ராஜ்ஜியத்துக்குச் சென்றுவிடும். என்றைக்காவது முருங்கைக்காயை விற்றுவிட்டுத் திரும்புகிறபோது ‘இந்த ந்நாயை ஒற்றே எத்தாக எத்திச் சாய்க்க வேண்டும்’ என நினைப்பான். ஆனால், அந்த நாய் திரும்ப வரும்போது ஒருபோதும் அவனுக்குக் காட்சியில் கிடைத்ததில்லை. அனேகமாக அந்த நாய், ஒரு நாய்க்கும் நரிக்கும் பிறந்திருக்க வேண்டும்.

காய்களை விற்றுவிட்டுத் திரும்புகிறவர்களுக்கென்று தனிமுகம் உண்டு. அப்படி முகத்தில் தெரியாவிட்டாலும் சைக்கிளிலோ, மொபட்டிலோ பின்னால் உள்ள கேரியர், மூங்கில் தப்பை, கயிறுகள் இவைகளைக் கொண்டு அறியலாம். எதிரில் தென்பட்ட சைக்கிள் ஆசாமியிடம் அன்புச்செல்வன் பெருவிரலை உயர்த்திக் காண்பித்தான். பெருவிரல் உயர்த்துவதென்பது வெற்றி மமதையின் அறிகுறி ஒன்றுமல்ல. ‘கத்தை என்னரேட்டுக்குப் போகுது?’ என்ற விசாரிப்புதான் அது. ‘எட்டணா... எட்டணா...’ என்றவாறு அவர் எதிர்கடந்து போனார். அன்புச்செல்வனுக்கு முகமும், மனமும் ஒருசேர சோர்வில் விழுந்தன.

மாலமேட்டுக்கான கடைசித் திருப்பத்தில் திரும்பினான். ஆளுங்கட்சி ஊர்வலம்போல ஏராளம் வண்டிவாசிகள் நின்றிருந்தன. கொடிகளுக்குப் பதிலாக முருங்கைக்காய்க் கற்றைகளுடன் நின்றிருந்ததுதான் வித்தியாசம். கோரிக்கையற்றுக் கிடந்தன மரத்தில் செடித்த காய்கள். எதிர்பார்ப்பு பூத்த முகங்களோடும் பொடித்த வியர்வையோடும் விவசாயிகள் நின்றுகொண்டிருந்தனர். அந்த அணிவகுப்பு ஐந்தாவது மாலக்கோயில் வரை நீண்டிருந்தது. பின்னும் ஆட்கள் வந்துகொண்டிருந்தனர் காயும் கையுமாக. மேம்போக்கான பார்வையிடல்களோடு வியாபாரிகள் இந்த வியூகத்திற்குள் சுற்றி வந்துகொண்டிருந்தனர்.

“காய்ச்சாலும் இப்படி அநியாயத்துக்குக் காய்க்கப்படாது.”

“ஆய்க்கவுண்டன்பாளையம் நஞ்சத்தலயூருன்னு ஆத்துப்பாசனத்துக் காரனுங்களெல்லாம் முருங்கமரம் வெச்சுத்தே இப்படி சம்பலாகிப் போச்சு.”

“இப்ப இந்த கருமாந்தரம் ஆந்தராவுலயும் வெளைய ஆரம்பிச்சுருச்சாமப்பா... அதான் இப்பிடி...”

“இந்தெட்டு ஒண்ணும் பாத்துட்டு மரத்த வெட்டி எறிஞ்சுட வேண்டியதுதான்.”

உலகத்தைத் தொழுது பின்வரச் செய்கிற உழவர்கள் விலை மலிவுக்கெதிரான கலகக் குரல்களைக் காற்றில் பதிவு செய்து கொண்டிருந்தனர். வாங்குகிறவர்கள் கடந்து போகிறபோது, “ஏப்பா... நம்முளுத வந்து பாரு...” என கிராக்கிக் காலத்தில் ஸ்தாபிக்கப்பட்ட உரிமையில் அழைத்துக் கொண்டிருந்தனர்.

அன்புச்செல்வனுக்கு அருகில் ஒரு பெண் சைக்கிளில் வந்து நின்றாள். கேரியரில் முருங்கைக்காய் வைத்திருந்தாள். முகத்தில் வசீகரம் வைத்திருந்தாள். அன்புச்செல்வனுக்கு இந்தநேரம் யாரும் விலை கேட்டு வந்துவிடக்கூடாதே என்றிருந்தது. இப்படியான சமயங்களில் அடிமாடு, பழைய இரும்பு இப்படி எதன் விலைக்கும் அவன் பொருளை விற்றுவிடுவான். பணத்திற்கு முன்னால் சிறு சலனங்களை வெல்லுகிற பக்குவம் இன்னும் வாய்க்கவில்லை. ஆனால், இன்றைக்கு எந்த அடிப்படையிலும் பெரிய நட்டங்களுக்கு ஆளாக வேண்டியதில்லை. கத்தை இருபது, முப்பது என விற்கும்பொழுது விலையைக் குறைத்துக் கொடுத்தால் கணிசமான இழப்புப் பெற வாய்ப்புண்டு. கத்தை ஐம்பது பைசாவுக்கு விற்கும்பொழுது என்ன பெரிய நட்டம் வந்து தலைபோகப் போகிறது.

இந்தப் பொண்ணையே கல்யாணம் பண்ணி அம்மாவுக்குத் துணையாய் விவசாயத்தில் போட்டுவிட்டால் என்ன என யோசித்தபோது, நெஞ்சுக்குள் மஞ்சளாய் ஆவாரம் பூவொன்று ஆடியது. அவன் முறுவலித்தான்.

கத்தைகள் நாப்பது பைசாவிலிருந்து முக்கால் ரூபாய் வரையிலும் விலை போய்க்கொண்டிருந்தன. அதுகூட போனால் போகிறதென்று வியாபாரிகள் வாங்கிப் போட்ட தோரணையில்தான் இருந்தது.

பொங்கும் காலம் என ஒன்றிருந்தால் மங்கும் காலம் என ஒன்றிருக்கும். காய்கள் குறைந்து விலை கிராக்கியான நாளில் இவ்விவசாயிகளே உற்பத்தி செய்து தர வேண்டுமாகையால், ஏதோ ஒரு ரேட்டுக்கு வியாபாரிகள் வாங்கித்தான் ஆக வேண்டும்.

அன்புச்செல்வன், கிட்டத்தட்ட ஆயிரம் காய்களுள்ள நாற்பது கத்தைகளையும் இருபத்திரெண்டு ரூபாய்க்கு விலை முடித்தான். இந்த வாகன நிரல்களைக் கடந்து காய்களைச் சந்தைக்குள் தள்ள வேண்டிய கடமை உண்டு அவனுக்கு. அருகாமைப் பெண்ணை மனம்கழுவிவிட்டு ஆமை வேகத்தில் வழிவகிர்ந்து சந்தைக்குள் ஓட்டினான். வாதநாராயண மரத்தடி ஒன்றில் நிழல் சாட்சியாக காயை இறக்கிப் போட்டுவிட்டு இருபத்திரெண்டு ரூபாயை பெற்றுக்கொண்டு திரும்பினான். சந்தை முகப்பில் நின்றுகொண்டிருந்த சந்தை ஒப்பந்ததாரர் என்.ஆர்.பி-யிடம் சுங்கத்தொகை ரூ.4 கொடுத்தான். சகல துக்கங்களையும் மறக்கடிக்கிற தோற்றப்பொலிவில்தான் எப்போதும் இருப்பார் என்.ஆர்.பி. வெள்ளைநிற பவர் ஷூ, பேகி பேண்ட், ஏக வர்ணத்தில் தொளதொள சட்டை, அரேபிய ஷேக்குகளின் தலைக்கட்டு, காசு வாங்கிப்போட கண்டக்டர் பை இவரது தோற்றத்திற்காகவே சந்தைக்கு வரலாமென சமயங்களில் அன்புச்செல்வனுக்குத் தோன்றும்.

சந்தையிலிருந்து வெளிவந்து மேற்குப் பக்கத்திலிருக்கிற தேநீர்க் கடைக்குள் நுழைந்தான். போண்டா தின்று, டீ குடித்து, கோல்ட் பில்டர் புகைத்தான். திட, திரவ, வாயு நிலையிலான இவ்வினங்களுக்கு ஐந்து ரூபாய் செலவானது.

வண்டியைக் கீழ்த்திசைக்கு ஓட்டிப்போய் பஞ்சர் கடையில் முறைசாரா விற்பனையின்கீழ் அரை லிட்டர் (+30 மில்லி ஆயில்) பெட்ரோல் ஊற்றிக்கொண்டான் பதினெட்டு ரூபாய்க்கு. அம்பறாத்தூணிகள் தொலைத்த இராஜகுமாரனாக அன்புச்செல்வன் ஏரிக்காட்டுக்குத் திரும்பினான் - புதிய பெட்ரோலின் குதிரைச் சத்தத்தோடு. முருங்கைக்காய் இருபத்திரெண்டு ரூபாய். நாலும் அஞ்சும் பதினெட்டுமாக மொத்தச் செலவு இருபத்தியேழு ரூபாய். நிகர நட்டம் ஐந்து ரூபாய். இந்தச் செவ்வாய்க்கிழமையில் இவ்விதமாக மூன்றுபேரின் உழைப்பு முடிந்திருக்கிறது. இந்தப் புதிரை விளக்க முடியாதபடிக்கு வேதாளம் பழையபடி முருங்கை மரத்தில் ஏறத்தான் போகிறது.

மண்தடமும் தார்த்தடமுமாக அன்புச்செல்வனின் வாகனத்தின் முன்னால் பாதை ஏற்ற இறக்கங்களுடன் நீண்டிருந்தது. இந்த முருங்கைக் காயின் விலை நிலவரத்தை அம்மா எப்படி ஏற்றுக்கொள்வாள் எனச் சங்கடமாய் இருந்தது. இந்தக் காய்களைப் பறிக்காமல் மரத்திலேயே விட்டிருந்தால்தான் என்ன என்றும் தோன்றியது.

ஆடு கறக்கவும், பூனை பருகவுமான இந்த நிலையேதான் என்றென்றும் தொடருமா எனக் கேள்விகள் முன் அசைந்தன. இவ்வளவு மலிவாய் காய்கள் விற்குமானால், தான் சந்தைக்குப் போகக்கூடாது எனவும் அப்பாவை அனுப்பிவிட வேண்டுமென்றும் தீர்மானித்தவனாக தோட்டம் வந்து சேர்ந்தான். குங்குமலட்சுமி எதிர்கொண்டாள்.

"எவ்வளவுக்குடா வித்தது?"

"அது வித்தது ஒரு தூத்துக் கூடைக்கு... இத பாரும்மா இவ்வளவு கம்மியாவெல்லாம் விக்கும்னா நாம காயே பறிக்க வேணாம்."

"அலட்சியம் பண்ணினா, மரம் பூக்கறத நிறுத்திரும்டா" என்றாள் அம்மா.

ஊதல் இசைபட வாழ்தல்

துந்துபி. என் விசிலுக்கு, அதாவது என் ஊதலுக்குப் பத்தொன்பதாவது வயதில் அந்தப் பெயர் வைத்திருந்தேன்..

அந்த வயதுக்கப்புறம் ரெஃப்ரீ, கண்டக்டர், கூர்க்கா அல்லது மனநிலை சரியில்லாதவர்கள் மட்டுமே ஊதலை ஊதமுடியும். நான் சாண்டில்யன் படிக்கிறவனாக இருந்து எங்கள் ரூட்டில் ஓடுகிற சண்முகா பஸ்ஸில் பயிற்சிநிலை நடத்துனனாகச் சேர்ந்தேன். ஏ.சி. என அழைக்கப்பட்டாலும் அந்த நிலை அப்படியொன்றும் குளிர்ச்சியானதல்ல. 'அசிஸ்டண்ட் கண்டக்டர்' என்பதை அவ்விதம் அழைப்பார்கள். டிக்கெட் புக்கும் பணப்பையும் கையிலில்லாது ஊதல் மட்டும் கையிலிருக்கும். பயணிகளாகிய மக்கள் சகட்டுமேனிக்கு என் அறியாமையைப் பயன்படுத்திக்கொண்டு 'ஊது... ஊது...' என்பார்கள். உடலளவில் ஊதுவதற்கு வாய்ப்பில்லாத நான், இதையாவது செய்வோமே என சந்தோஷமாக துந்துபியை முழக்கி வந்தேன்.

கண்டக்டர் பாண்டியன்தான், "என்ன, இஷ்டமான இடத்திலெல்லாம் வண்டிய நிறுத்தறே. நாம டைம் எடுக்கவேண்டாமா? இனிமே ஸ்டாப்பிங்கில் மட்டும் ஊதணும்" என, அதற்கும் ரேஷன் கொண்டு வந்தார்.

அந்த நாட்களில் ரொம்பவும் வெள்ளந்தியாகவும் உல்லாசமாகவும் இருந்தேன். உல்லாசம் என்பதை காரியார்த்தமாக இல்லாது உணர்வார்த்தமாகப் பொருள் கொள்ளலாம்.

நடத்துனர்களுக்கு என் காரணமாக அவர்களது நிலை, பதவி இதற்கெல்லாம் ஒருபோதும் ஆபத்து வராது எனக் கண்டதும் எனக்கு டிக்கெட் புக்கை கையில் கொடுக்காமல், ஆனால் மரியாதையாகவே நடத்திவந்தார்கள். நான் ரெகுலர் டிக்கெட்டுகளில் புத்தகம் கையில் வைத்துப் பயணம் செய்யும் மாந்தர்களுடன் உரையாடி இலக்கிய அறிவை வளர்த்துவந்தேன். இதுதவிர, என் ஆங்கிலம் பழுதடையாமல் இருக்கும்பொருட்டு சில கல்லூரிப் பெண்கள் உதவி வந்தார்கள். இதனூடே ரேடியேட்டருக்குத் தண்ணீர் ஊற்றுவது, போர்டு மாற்றுவது, காஸெட் மாற்றிப்போட்டுப் பாட்டு வழங்குவது போன்றவற்றில் நிபுணனாகிவிட்டேன். கையில் டிக்கெட் புக்கைப் பிடிக்காமலேயே நடத்துனருக்கான பந்தா எல்லாம் கைகூடிவிட்டது.

புதிதாக அந்தத் தொழில் பழகுகிற பையன்களைப் பாருங்கள். தொப்புளிலிருந்து எழுகிற காற்று ஊதல்வழியாக உயிரே போவதுபோல பயணிப்பதைக் காணலாம்.

ஐயா 'ச்சுக்' என ஜென்டிலாக விசிலடிப்பேன். அவ்வளவுதான். டிரைவர்கள் செவிடர்கள் அல்ல. சிலவற்றின் ஆன்மாவை எழுப்ப கோர்ட் அல்லது வெடிகுண்டு தேவையாயிருக்கிறது. ஊதல் என்னும் கருவியே தேவைப்படாத அளவுக்கு நாக்கும் தொண்டையும் ஒத்துழைத்து, 'சாமியாட்டம் வரச்செய்யப் போதுமான அளவு சிலர் சத்தமெழுப்புவதுண்டு. 'சீட்டி'யடிப்பது அதன் பெயர். இந்த 'வளி தொழில் ஆளுங் கலை' வாய்க்கப்பெறாதவர்கள் 'ஹோல்டேன்' என்று கத்தி வண்டியை நிப்பாட்டுவதுண்டு. நான் 'ஹோல்ட்ஆன்' என்றுதான் சொல்லுவேன். இப்படிச் சொல்வதால் சில டெஸிபல்கள் சத்தக் குறைவு ஏற்படும் என்றாலும், கல்லூரிப் பெண்கள் வழிவந்த ஆங்கிலத்தில் உச்சரிப்புப் பிழை செய்யமாட்டேன. ஆங்கிலம் இரண்டாம்பட்சம்தான்.

பேருந்தில் பிரபலமானது என் தமிழும் சிரிப்பும்தான். "சுமையைத் துரிதமாக இறக்குங்கள்"... "அனைவரும் பயணச்சீட்டு வாங்கியாகிவிட்டதா?" என்பது போன்ற லூட்டிகளை நானும் பாண்டியனும் கூட்டம் குறைவான நேரத்தில் அடித்துவந்தோம். ஆனாலும், என் சிரிப்புக்குப் பாண்டியன் கிட்டே வரமுடியாது. அவருக்குக் கல்யாணமாகி குழந்தை குட்டிகள் இருந்தன.

முதலாளி ஒரு தடவை ஆபீஸில் வைத்து மானேஜர் கன்னையனிடம் "இதப் பாரு... சிவக்கொழுந்து டிரைவர் ட்யூட்டி மாத்துனா சிரிச்ச முகமா இருக்கச்சொல்லு. இந்த ஏ.சி.ப் பயலை சிரிக்க வேணாம்னு சொல்லு. அவரைமாதிரி இருந்தா எவனும் பஸ்ல ஏறமாட்டான். இவனைமாதிரி இருந்தா எவனும் டிக்கெட் வாங்கமாட்டான்" என்றாராம். சிரிப்பாகச் சிரித்துக் கடைசியில் வேலை(!)யை விட்டு நிற்கவேண்டியதாயிற்று.

எப்படியும் பணம் சம்பாதிப்பது என்ற சங்கல்பத்தில் நான் சுயமாகவும் அப்பாவின் வழிகாட்டுதல்களின்பேரிலும் போகாத இடமெல்லாம் போய், படாதபாடெல்லாம் பட்டு இதை எழுதிக்கொண்டிருக்கிற நேரம் 29 வயது 11 மாதங்கள் 3 3/4நாழிகையாகிவிட்டது. இனி நான் மூலிகைப் பெட்ரோல் தயாரிப்பது, கலெக்டர் வேலை பார்ப்பது இரண்டும்தான் பாக்கி. இப்படியான நிலையில் எனக்குப் போன வருடம் அரசுப் போக்குவரத்துத் துறைக்கு கண்டக்டர் வேலைக்கு இன்டர்வ்யூ வந்தது. தூசு தட்டிக்கொண்டு நேர்முகத்துக்குப் போனேன். பத்தாண்டுகளுக்குள் எனது வேலைவாய்ப்பு அட்டை, லைசென்ஸ் இரண்டும் நூற்றாண்டுப் பழமை எய்திவிட்டன. புள்ளி முப்பத்து மூணு சதமானம் உயிர் வைத்துத் தொடுத்துக் கொண்டிருந்தன. மாட்சிமை தங்கிய அரசாங்கம் இனி அவற்றைத் தகரத்தில் வழங்குவது உசிதம். நான், லைசன்ஸ் இரண்டும் பத்தாண்டுகள் உயிர்வைத்திருப்பது சின்னக் காரியமல்ல.

அந்த இன்டர்வ்யூவின் சாபல்யமாய் இவ்வாண்டு ஆரம்பத்தில் எனக்கு கரூர் டெப்போவில் சி.எல். நடத்துனராகப் பணிபுரிய அழைப்பு வந்தது. இந்த வேலையை ‘அத்தக்கூலி நடத்துனர்’ என அழைப்பதன் வாயிலாகப் புதிய சொல்லாட்சியைத் தமிழுக்கு வழங்குகிறேன். தமிழ்சார்ந்து வேலை கிடைக்காவிட்டாலும் அதுசார்ந்து பொற்கிழி கிடைக்கும் வாய்ப்பு இதன்மூலம் பிரகாசம் அடைகிறது. ஸாரி... ஒளிர்வுறுகிறது. இப்படி நடத்துனனாகப் பணிபுரிய ‘பணப்பையை டிப்போவின் ஸ்டோரிலிருந்து பெற்றுக்கொண்டேன். மூளையின் விழிப்பான, நிதானமான பகுதிகளின் செயல்பாட்டால் ஓரளவு தேர்ந்த நடத்துனன்போலவே செயல்பட்டேன் என்று வையுங்கள்.

இப்படியே ட்யூட்டி பார்த்துக்கொண்டிருந்தால் ‘ஜி’ நம்பர் கொடுப்பார்கள். பின் 240 ட்யூட்டிகளுக்குப் பின் பணிநிரந்தரம் ஆகிவிடும் என கலர் மற்றும் காக்கிக் கனவுகளில் சஞ்சரித்து வந்தேன்.

‘தேனாம்பேட்டை சூப்பர் மார்க்கெட் இறங்கு!’ என இதயச் சிட்டுக்குருவி சிறகடித்தது. கனா... கனா... எல்லாம் கனா. என் கனவுகள் பூ அணியவில்லை. திடீரென ஒரு ப்ளாக் மூன் நைட்டில் “போய்ட்டு வாங்க தம்பிகளா!” என்று கூறிவிட்டார்கள். எங்கள் டிப்போவில் எம்மனோர் ஐம்பதுபேருக்கு ஆட்டம் காலி. படுதா காலி.

நான் ஊர் சுற்ற ஆரம்பித்தேன். முயற்சி எடுக்காமலேயே பழகிக்கொள்ளும் தொழில் இது ஒன்றுதான். இந்தத் தொழிலில் நான் குற்றஉணர்ச்சி கொள்ளாதபடிக்கு எனக்கு சீனியர் எல்லாம் ஊரில் சர்வீஸ் போட்டுக் கொண்டிருக்கிறார்கள்.

குற்றுயிரும் குலையுயிருமான என் லைசென்ஸ் டிப்போவில் மாட்டிக்கொண்டுவிட்டது. அதை வாங்குவதற்குத்தான் இப்போது

போய்க்கொண்டிருக்கிற வழியில் சக அத்தக்கூலி நடத்துனன் முருகேசனைச் சந்தித்தேன்.

முருகேசன், "நான் கலெக்ஷன் கட்டின பில்லுகளை வெச்சு கேஸ் போடலாம்னு இருக்கேன்" என்றான்.

"எதுக்குங்க. கொஞ்சநாள் ஆனா கூப்ட்ற மாட்டாங்களா?"

"நீ வேண்ணா வெய்ட் பண்ணலாம். எனக்கு வயசு முப்பத்தஞ்சு. ஏஜ் பார் ஆகப்போகுது. உனக்குத் தெரியுமா? நம்ம கோட்டம் இரண்டுல கடைசியா ஐநூறு கண்டக்டர் நியமனம் கேஸ்மூலமாகவே போட்டதுதான்."

எனக்கு ஒருபுறம் அதிர்ச்சி, மறுபுறம் மகிழ்ச்சி. நியமனத்துக்கு முன்னரே நீதிமன்றம் பழக்கமாகிவிடுகிற விழிப்புமிக்க ஊழியர்களாக ஒரு நிர்வாகம் தேர்ந்தெடுப்பது எவ்வளவு மெச்சத்தகுந்தது. நான் முருகேசனிடம் விடைபெற்றுக் கொண்டு பஸ் டிப்போவுக்குப் போய் லைசென்ஸுக்கென பி.எம்.மைப் பார்த்தேன்.

"உங்க கேஷ்பேக்கை கொடுத்துட்டு லைசென்ஸை வாங்கிப் போங்க" என்றார். அடச் சை... மறந்து போய்விட்டேன். பஸ் ஸ்டாண்ட் வந்து ஊருக்கு போன் செய்தேன்.

"நிர்மலா பஸ்ஸில் என்னோட பணப்பையைக் கொடுத்துவிடுங்க" என எஸ்.டீ.டிக்குப் பயந்து சுருக்கமான தகவலாக வீட்டுக்குத் தெரிவித்து ஒரு மணி வரை காத்திருந்தேன், பஸ்ஸில் பை வருமென. நிர்மலா பஸ்ஸில் சிதம்பரண்ணன்தான் டிரைவர். அவரே கூப்பிட்டு ஒரு பெரிய பையாக என்னிடம் நீட்டினார். உள்ளே 'பணப்பை' மட்டுமல்லாது காக்கி யூனிஃபார்ம், மாற்றுடுப்பு, கைலி, டூத் பேஸ்ட் என ஒரு வாரத்துக்கு நான் வீடு மீளத தேவையறுத்த சங்கதிகள் இருந்தன. போச்சு... பணப்பையைக் கேட்டனுப்பியது வீட்டில் 'பயலுக்கு மீண்டும் தற்காலிக ட்யூட்டி கிடைத்துவிட்டது' என்ற நம்பிக்கையை ஏற்படுத்திவிட்டது. அப்பாவி சனங்களை நினைத்துக் கண்களில் நீர் கோத்துக்கொண்டது. என் அதிர்ஷ்டம்குறித்து அவர்கள் இன்னும் நம்பிக்கை வைத்திருப்பதும் ஆச்சரியம்தான். டிப்போவுக்குப் போய் பையைக் கொடுக்கும் முன் உள்ளே தேடிப் பார்த்தேன். ஊதல் கிடந்தது. துந்துபி. எடுத்துப் பாக்கெட்டில் போட்டுக்கொண்டேன். அந்த ஊதல் நிர்வாகத்துக்குச் சொந்தமானதல்ல. ஆடிட்டுக்குள் அடங்காதது. எனக்கே எனக்கானது.

லைசென்ஸை வாங்கிக்கொண்டு ஊர் வந்து சேர்ந்தேன். தங்கை மகள் ஆவலாக எதிர்கொண்டு "மாமா" என்றாள். தோளில் ஏறிக்கொண்டு குழந்தைப் பழக்கப்படி பாக்கெட்டைத் தேடி என் ஊதலை எடுத்தாள். என் சோகங்கள் அவளுக்குப் புரியாது. புரியவும் வேண்டாம். தவிர,

பிராஞ்ச் மானேஜர், மானேஜிங் டைரக்டர், ஜெனரல் மானேஜர், வந்துபோன போன்னாவான்னா அமைச்சர்கள். இப்படி யாருக்குமே புரியாத சோகம் அவளுக்குப் புரிந்து ஆகப் போவதென்ன.

குழந்தை, துந்துபியை முழக்கினாள். கன்னங்களில் சந்தோஷம் இடறுகிறது. அந்தச் சிறிய அஃறிணைப் பொருள் என்ன அழகாக, உயிர்ப்பாக தன்னைத் தக்கவைத்துக் கொண்டுவிட்டது. குழந்தையின் கன்னத்தைத் தட்டினேன்.

"சொல்லுடி... கிருத்திக்குட்டி! போலாம் ரைட்ஸ்...!"

அண்டமா நதிக்கரையின் ஊரில் ஒரு வீடு

வீட்டின் பின் நடையில் சிறு தோட்டமாயிருந்திருக்க வேண்டும் அந்தப் பரப்பு. பரப்பில் இப்போது 6 சீமைக்கருவேலம் நிரம்பிவிட்டது. கூரையற்றுப்போன வீட்டின் உள்ளேயும் அநேக தாவரங்கள். புதர். பருவங்கள் ஆரக்கால்களாகச் சுழலும் காலத் திகிரி. புதரோ அடர்வுற்று மண்டுகிறது நாளும். நிலை பெயர்ந்த கதவிருந்த இடம் செவ்வகமாய்த் திரை விரிகிறது. திரையினுள் முட்கள்.

கூரையற்ற வீட்டில் பல்லிகள் குடியிருக்கவில்லை. பயம் காரணமாய் இருக்கலாம். அவை, வாழ்கிற வீடுகளில் 'கெவுளி' சொல்லப் போய்விட்டன.

அரணைகளுக்குப் பயமுமில்லை, பாரபட்சமுமில்லை. பொளியாத ஆட்டுரலின் கீழாக அவற்றின் வாசம். வீடுகடந்து போகும் பாதங்களுக்கும் அரணைகுறித்து பயமில்லை. அரணை கடித்தால் மரணம் நிச்சயம்தானாம். ஆனால், உலகில் சந்தைகளே கூடாத தினத்தில் மட்டுமே அவை கடிக்கும்படியாய் விதிக்கப்பட்டிருக்கின்றன. சந்தையில்லாத நாளேது. பாவம் அரணைகள். பல்லில் விஷமும் வைத்து சந்தையில்லாத் தினம் தேடி அலைகின்றன. ஊரின் பாதங்கள் பயமின்றிக் கடந்தவண்ணம் இருக்கின்றன. நடக்கும் கால்களோடு காலமும் நடக்கிறது. காலம் என்பது பாதத்தின் வடிவமாகவோ அல்லது ஓர் இழைப்புளியின் வடிவமாகவோ இருத்தல் வேண்டும். இழைப்புளியின் வெளியேற்ற இடுக்கில் நாட்செதில்கள் படலச் சீவல்களாய்க் காற்றேறிக் கரைகின்றன. காற்றோ வாசங்களைக் கடத்துவதாய் இருக்கிறது.

முன்பொருகாலம் வாசம் மிகுந்ததாயிருந்தது வீடு. வீட்டின் எல்லா இடத்துக்கும் எல்லாப் பொருள்களுக்கும் வாசம் உண்டு. மாடக்குழியில் விளக்கு எண்ணெய். பொடக்காளியில் சோப்பும் சவுக்காரமும். ஊறவைத்த அழுக்குத்துணியின் தண்ணீருக்கு வெற்றிலைக்காம்பு கிள்ளிய வாசம். பின்நடையில் இரண்டடி இடப்புறத்து கழுநீர்ப் பானை. சமையல் கட்டில் அஞ்சறைப்பெட்டி. தானிய மூட்டைகள். முகம் பார்க்கும் கண்ணாடியுள்ள இடத்தில், சுவரில் ஆணியடித்துத் தொங்கும் சல்லடைக் கண்தாங்கியில் சம்புடத்துச் சந்தன வில்லையும் திருநீறும். வீட்டுத்தலைவி வைக்கும் சாந்துப்பொட்டு வாசமோ வாசம்.

சாந்துப்பொட்டை வீட்டின் சிறுவன் ஒருநாள் கவிழ்த்தான். கவிழ்ந்த சாந்தை கை விரலில் துவட்டி, அவன் பள்ளிக்குப் போய்க் கற்ற ஒண்ணாப்பு டீச்சர் சிலேட்டில் அழுத்தி எழுதப் பழக்கிய சித்திரத்தைச் சுவரில் வரைந்தான். அ. அந்த அ சாந்து காயும்வரை மணந்து கிடந்தது. காரை பெயர்ாத ஓரிடத்தில் ஓர் அதிசயம்போல இன்னும் தப்பித்திருக்கிறது.

கறுப்பேறிப்போன சமையலறைச் சுவரும் காரை பெயரவில்லை இன்னும். பெரியாக்குயத்தி செய்து கொடுத்த அடுப்பு சுற்றிக்கட்டிய பீடத்தின் கைங்கர்யத்தால் ஒரு விரிசல்கூட விழாமல் இருப்பது இன்னுமோர் அதிசயம். கடைசிச் சமையலில் மீந்த சாம்பல் காற்றோடு போய்விட்டது. சாம்பல் அண்டமாநதியைக் கடந்தும் போயிருக்கலாம். கடக்காமல் ஊரெல்லைக்குள் அவ்வப்போதைய புழுதிப் படலங்களில் சுற்றிவருவதாயும் இருக்கலாம். மதுரை வீரனின் இடக்கைவாகில் வறண்டு கிடக்கிறது நதி.

மிகுபுயற் காலங்களில் மட்டும் சற்றே நீரோடும் அதற்கு 'அண்டமாநதி' எனப் பெயர் வந்திருப்பது குரூரமான நகைச்சுவை. திரேதா யுகத்தில் பெருகி ஓடிற்றோ என்னவோ...

ஊரின் மேலாக உலவித் திரியும் மேகங்கள் இரக்கமற்றவை. மேகம் பார்த்த பூமியின் பரிதவிப்பை பழித்துக்காட்டியவண்ணம் ரூபம் மாறித் திரிபவை. வீட்டு நிலைகளைப் பெயர்த்தும், ஓடுகளைப் பிரித்தும் விற்றுவிட்டு பாத்திர பண்டத்தோடு வண்டியேற 'பெய்யாத மழை' காரணமாயிருந்தது.

ஊரில் ஒற்றைக்கொரு மாமரம் அந்த வீட்டுக்காரரின் தோட்டத்தி லிருந்தது. ஆயுதபூஜை நாளன்று தோரண மாவிலை வேண்டி சைக்கிள் போட்டுக்கொண்டு தோட்டம் வந்தவர்கள் எத்தனை பேர். அந்த மாமரம் காய்ந்துபோயிற்று. அந்த வருடத்தின் ஆயுத பூஜை எவ்வளவு துயரமாயிருந்தது.

பற்றாக்குறையின் நகநீட்டலுக்குமுன், எந்தப் பண்டிகை நாள் விளங்கியது? சடலம்போல நின்று வீட்டின் தலைவனை மாமரம்

வாட்டியது. பூவெடுக்காத முருங்கைகளோ முற்றிலும் இழந்திருந்தன, காய்த்து எக்களித்த பழைய நாட்களின் சுவடுகளை.

உள்ளூர்ச் சந்தைக்கு மட்டும் பறித்து மாளாது மாலமேடு, மூலனூர்... என மூட்டைகளாய்க் கொண்டுபோன வண்டியும் மாடுகளும் மூன்று வருட மழையின்மையில் போன இடம் தெரியவில்லை. மாடு போன தடமும் தெரியவில்லை. எத்தனை கைகள் மாறி, யாரிடம் இருக்கின்றனவோ செவலையும் மயிலையும் இப்போது?...

ஆவினங்களும் செம்மறியும் இல்லாது, கட்டுத்தறியும் கிடையும் கொண்ட உழவனுக்குப் பொங்கல் எப்படி மகிழ்வு தரும்?... விழாக்கள் வீட்டில் துயரத்தைச் சேர்த்தன. நல்ல நாட்களில் வீடு சண்டைக் களமானது. படுத்துகிற ஒற்றை ஆயுதம் வறுமைதான். சொல்லிக்கொள்ளக் காரணங்கள் வேறாய் இருக்கும்.

ஆழ்கிணற்றின் கீழே 'பெட்டுப் போட்டு மோட்டாரை இறக்கிவைக்கிற ஒவ்வொரு வேளையும் கிணறு வெட்டுதலின் பிரயத்தனம் வேண்டியிருந்தது. ரொம்ப நாள் ஓடாதிருந்து திடீரென ஓடினால் 'காயில்' கருகுகிறது. வறண்ட பூமிக்கு வழங்கப்படுகிற மின்சாரமும் வளமானதல்ல. தர்மதுரைகளே! விஞ்ஞானிகளே! எக்காலத்தும் கருகாத தாமிரச்சுருள்களை யாரேனும் கண்டுபிடி யுங்களேன்!

ஒரு கட்டத்தில், கடன் வாங்குவது அனிச்சைச் செயலாகிவிட்டது. ஒவ்வொருமுறை கடன் வாங்கும்போதும் தோட்டத்தைச் சுடுகாட்டுடன் ஒப்புப் பார்த்துக்கொண்டான் வீட்டின் தலைவன். பெரிதாய் ஒன்றும் வித்யாசம் தோன்றுவதில்லை. அதிலும் ஓரம்பரையார்களிடம் கடன் வாங்கிவிட்டுத் திருப்பித் தரமுடியாமல் போவது சங்கை அறுக்கிற துயரமாகும். குடும்பத் தலைவனின் ஆகப்பெரிய துயர்களில் அதுவும் ஒன்று. கல்லாங்காட்டில் விரவிக்கிடக்கும் சல்லிக்கற்கள் அளவு துயரமுண்டு வீட்டில். வறண்டு கிடந்த வருடங்களுக்குப் பின்னர் பெய்யும் மழைகளால் என்ன பயன்?... 'முட்டு வழிச்' செலவுக்கு யாரைக் கெஞ்சுவது?

மழையற்ற வருடங்களில் ஊர் மொத்தமும் துயரரேகை படிந்துவிட்டது. சூரியனை மறைத்துக்காட்டும் மேகநிழல்கள், பிணந்தின்னிக் கழுகுகளின் நிழல்கள்போல. நோம்புச் சாட்டின்றி மாரியாத்தாள் வெம்புகிறாள். வடவெல்லை வஞ்சியம்மன் காணும் சித்திரா பௌர்ணமி சோபையற்றுப் போகிறது. ஊருக்கு உண்டு விநாயகர் பன்னிரெண்டு. இது தவிர்த்தும் எல்லைக்குள் எங்கேனும் மூக்கறு பிள்ளையார் கிடக்கலாம் என ஆட்கள் வெளியிலும், பூசாரிகள் கனவிலும் தேடினார்கள். மூக்கறு பிள்ளையார் இருந்தால் மழை வராதாம். மூக்கறு பிள்ளையாருக்கு ஊரை ரொம்பவும் பிடித்துப் போய்விட்டது... பனிரெண்டோடு பதின்மூன்றாய்.

நாட்காட்டிகள் தாள்களை இழந்து நின்றன. கண்ணாடிக்குள் அடைபட்ட கடிகார முட்களோ ஆரவட்டத்தில் யுகாந்திரங்களை உணர்த்தின. குடும்பம் ஊரை விட்டுப்போவதென ஆயிற்று.

தோட்டத்தை விற்றது அடிமாட்டின் தோல் விலைக்கு. தலை முழுகினால்போதும் என்கிற நினைப்பும் துயரமும் தந்துவிட்டிருந்தது தோட்டம்.

ஓர் இரவில் சாமான்களை டெம்போவில் ஏற்றினார்கள். நிலைக்கதவு, ஓடு எல்லாம் நாளை வந்து கொண்டுபோவர். சிறுவன்தான் துடியாக சாமான்களை டெம்போவில் ஏற்றிக்கொண்டிருந்தான். தகப்பன் கலங்கிய கண்களுடன் காய்ச்சல்கண்ட சோர்வுடன் இருந்தான்.

அன்றைய மதியம் தோட்டம் விற்றவரிடம் சொல்லிவிட்டு வருவதற்கென்று போய்த் திரும்புகையில் ரகசியமாய் கலப்பையைத் தடவிக் கொடுத்துவிட்டு வந்திருந்தான். பயண முகத்தில் நின்றிருந்த வண்டியையும் வீட்டாரையும் சுற்றி சோகமார்ந்து ஊராரில் சிலர். நலம் பொலத்துக்கு வந்து போவதாய்ச் சொல்லிக் கொண்டாயிற்று.

காலியாகப் போகும் அந்த வீடு அந்தரத்தில் அடைகாக்கப்பட்ட முட்டைபோல வெப்பங்கனன்றது. வீட்டின் அங்கத்தினர்களைப் பொரிந்த வெடிப்புகளின் வெளியே அனுப்பிவிட்டு நிற்கிறது. வீழ்ந்து கால் பதியும் இடத்தின் தன்மைபற்றி போதுமான அறிதலின்றி புறப்பட்டுவிட்ட வீட்டார், இறக்கை முதிரா பறவைகளைப்போல மருட்சிகொண்டு நின்றனர். இங்கு உள்ளதும் அங்கு உள்ளதும் ஒரே மண்ணின் தொடர்பரப்பு.

“கடல்கடந்தா போகப்போறோம்... கலங்காத” என்றார் ஏரசினம்பாளையத்தார். சாமான்கள் வண்டியேறியபின், கழற்றித் தென்கிழக்கோரம் வைத்திருந்த கண்ணாடி நினைவுக்கு வர சிறுவன் வீட்டினுள் ஓடினான். எடுத்து வருகையில் வாசல்படி தடுக்கி விழுந்தான். அவனுக்குக் காயமில்லை. கண்ணாடி உடைந்துவிட்டது. உடைந்த கண்ணாடியை வீட்டினுள் விட்டெறிந்தான். வண்டியின் பின்னால் வந்து ஏறிக்கொண்டான். அவனுக்குத் துணையாய் பங்காளி வீட்டு அண்ணன்மார் சிலர் இருந்தார்கள், புது இடத்தில் நிறுவிவிட்டு வர. டிரைவர் ஆசனத்தில் அமர்ந்துவிட்டார். இடப்புறத்துக் கதவு நோக்கித் தகப்பன் நடந்தான். அமைதி. உலகமே அந்தக் கணம் அமைதியுற்றதுபோலிருந்தது.

ஊரின் மிகத் தெற்கிலிருந்து அகாலத்தில் நாயொன்றின் நெடும் ஊளை ஆண்டிச்சியம்மன் கோயிலுக்கு அப்பால் சாம்பக்காட்டுப் பதியிலிருந்து அஃறிணையின் விடைகூறல்.

"எங்களையெல்லாம் மறந்துராதய்யா" என்றாள் சீராத்தாக் கிழவி - வாயில் முந்தானை கவ்வியவண்ணம். இமைகளும் உடைந்து போக குடும்பத்தலைவன் கலங்கியழுதான்.

வண்டி கிழக்கு நோக்கிப் போயிற்று. ஊரெல்லையில் அண்ட மாநதியைக் கடக்கும்போது பேரன் தாத்தாவை நினைத்துக் கொள்கிறான். சாலைக்கு வலப்புறத்தில் புதையுண்டு கிடக்கும் பூர்வ சந்ததிக்கும், இடப்புறத்துள்ள ஆதிநாராயணப் பெருமாளுக்கும் என்றென்றைக்குமாய் விடை கொண்டாயிற்று.

சுவர்களின் சரிவால் சின்ன அம்பாரமாய்க் குவிந்த மண் மேட்டில் குப்புறக் கிடக்கிறது ஒரு முக்கால் திட்டம் ரசம்போன கண்ணாடித்துண்டு. பருவம் தவறிப் பெய்யும் மழைத்துளிகளால் ரசம் உதிர்ந்துபோகவும் எழுதப்பட்டிருக்கிறது அதற்கு.

பிரதி காட்டுவதற்கு முகங்களற்றுப்போனதால் மண்ணுக்கு மண்ணையே காட்டிக் கொண்டிருக்கிறது அது.

சண்முக சித்தாறு

ஆறு. ஓடுகிறபோது நீரழகு. ஓடாதபோது மணலழகு. சிறுபெரு கற்கள் அழகு. கரை மரம் அழகு. மேவி ஓடிய நீர்க்காலத்தில் எய்திய வழவழப்புப்பாறை அழகு. சண்முக சித்தாறு ஒரு காட்டாறு. எப்போதோதான் அது கரைமீறிப் பிரவகித்து ஓடுகிறது. பிறகெல்லாம் காய்ந்தே கிடக்கிறது.

இன்றைக்கெல்லாம் திருமலைசாமிக்கு வயது அறுபது இருக்கலாம். உள்ளூரில் இந்த இரவில் நடக்கும் நாடகத்தைப் பார்க்க அவர் வரவில்லை . வரவில்லையா? ஏன்? சலனச் சிறுமீன்களைக் காலத்தின் அலகு கவ்விக்கொண்டு போய்விட்டதா? திடலுக்கு வராமல் திண்ணையில் விழித்தபடி கிடக்கிறார் திருமலைசாமி.

கடலிலிருந்து புறப்பட்ட ஓர் ஆறு, தன் எதிர்த்திசை நடந்து இதோ... இதோ தன் நதிமூலத்தில் நீர்மூலத்தில் உட்புகுந்து சீமையைக் குளிர்வித்துக் கொண்டிருக்கிறது.

அது ஒரு வியாழக்கிழமை. அறுபதுகளின் முற்பகுதி. கொங்குப் பகுதியில் கிராம தேவதைகள் கொடை கொண்டாடிக் கொண்டிருந்த கோடைக்காலம்.

சாந்தப்பாடியில் அந்நாளின் மத்தியானத்தில் கொரங்காட்டில் ஆடுமேய்த்துக் கொண்டிருந்தான் திருமலை. வேல மரத்தடியில் அமர்ந்து ஆடுகளைக் கண்காணிக்கும் செயலே மேய்த்தலென்பது. செம்மறி ஆடுகள். ஓர் ஊஞ்சமரத்தின் வாதில் அலுமினியப் போசி காய்களோடு தொங்கிக் கொண்டிருந்தது. அதிசயமாய் புழக்கத்துக்கு இப்போதுதான் வந்த

அந்தப் போசி தாராபுரத்தில் வாங்கியது. அதில் களியும் நீக்கிரிக் கீரைக் குழம்பும். இரவு ஊரில் கூத்து நடக்கும் என்ற தகவல் உவகை தந்து சாப்பாடே கொள்ளவில்லை.

சாயங்காலம் வழக்கத்துக்குமுன்பே ஆடுகளை பட்டிக்கு ஓட்டினான். வீட்டுக்குச் சென்று கொடைக்கு வந்திருந்த உறவினர்களோடு பேசிக் கொண்டிருந்தான். இரவின் வருகையை எதிர்பார்த்து மனதுக்குள் ஆவலின் ஆலாபனைகள் சஞ்சரித்துக் கொண்டிருந்தன.

இரவு. பெரிய காண்டியம்மன் கோயில் நோக்கிச் சென்றான். சாமிகளின் முன்னால் சுடர்களும் நறும்புகையும் மிதந்துகொண்டிருந்தன. கோயிலுக்கு இடதுபுறமாக வடக்குப் பார்த்து நாடக மேடை தயாரா யிருந்தது. நேற்று இல்லாத கிடுகுகள் செவ்வக வடிவம் கொண்டுயர்ந்து கூத்துப்புலமாகி நின்றன. 'சித்திரவல்லி' நாடகத்துக்கான ஆயத்தங்கள். பெட்ரோமாக்ஸ் மற்றும் தீப்பந்த வெண்மஞ்சள் வெளிச்சங்கள் பரவியிருந்தன. கருங்கல்லாலான பொங்கலிட்ட அடுப்புகள் மேலும் கரிபாய்ந்து அணைந்திருந்தன.

மாட்டு வண்டிகள் கொட்டகைக்கு ஒரு பர்லாங் தூரம் தள்ளி நின்றிருந்தன. கூளங்களை அசைபோட்ட மாடுகள் மனிதர்களைக் கவனித்தவண்ணமிருந்தன. அவற்றின் வெள்ளை நிறம் தனித்துத் தெரியும்படியாக இரவு கூடிக்கொண்டு வந்தது. நாரணாவலசு சுப்பையா கவுண்டரின் வண்டியில் நாம வடிவ இருக்கையின் மூங்கில் தப்பைமேல் அமர்ந்திருந்தான் திருமலை. தொடங்கிவிட்டது 'சித்திரவல்லி.'

சித்திரவல்லி நாடகம் நிகழ்த்த வந்திருந்தது எஸ்.கே.டி. சுந்தரியின கம்பெனி. அது மணப்பாறையிலிருந்து சீன் செட்டிங்குகளுடனும் நடிக்க நடிகையருடனும் வந்திருந்தது. இந்த 'செட்'டின் அளவு புகழடைந்திருந்த செட்டு தாராபுரம் ஏ.கே.சிங்குடையது.

சித்திரவல்லியாக சுந்தரி நடிக்க இருந்தாள்.

பஞ்சம் பிழைக்கப்போன இடங்களில் சித்திரவல்லிக்குப் பிற ஆண்களாலும் கணவன் சாமி செட்டிக்குப் பிற பெண்களாலும் காமந்தர இடையூறுகள் வந்து நீங்கும் கதையே சித்திரவல்லி.

சித்திரவல்லியை மோகிக்கும் 'டெல்லி பாதுஷா' சீனில் வந்தான்.

"மெக்கா மெதீனா போன்ற பல நாடுகளுக்குச் சென்றுவிட்டு மூன்று மாதங்கள் கழித்து வருகிறேன். மந்திரீ! இன்று நமது சபையில் என்ன விசேஷம்?"

மந்திரியுமாகப்பட்ட பபூன் பதிலிறுத்தான்.

“மன்னா! வழக்கமாய் நமது சபையில் ஆடிவரும் நூர்ஜகான் மட்டுமல்ல; அவளது தங்கை தொன்னூர்ஜஹானும் இன்று ஆட வருகிறாள்.”

ஆடவந்தாள் தொன்னூர்ஜஹான்.

அவள் ஏற்கெனவே அறிமுகப்படலத்தில் பபூனால் ‘சின்ன இடை, சிங்கார நடை, ஆடலழகி, அபிநயவல்லி, மணப்பாறை மனோன்மணி’ எனக் கூறப்பட்டிருந்தாள். மஞ்சள் வெள்ளையான வெளிச்சத்தில் ஆட வந்தவள், மனதின் ஏகதந்தியில் ஒரு திரிபோலத் தீப்பற்றவைத்தாள் திருமலைக்கு.

மனோன்மணி சுழிகள் நிறைந்த பெயர். சுருட்டை முடித்தலை. யௌவன கதையின் நாயகி. ஆடவந்தால் அரங்கம் ஒளிர்ந்தது. அடிவைத்த நிலமோ அண்டம் வரை குளிர்ந்தது. திருமலையின் மனதுக்குள் ஓர் அருவி விழுந்து கயிறென முறுகிக்கொண்டது. அவள் வந்து தோன்றும் நேரங்களை எதிர்பார்த்துக் காத்திருந்தான். அதிகாலைக்குச் சற்று முன்னதாக ஒரு பீடிக்கான இடைவெளியாய் ஆர்மோனியப் பெட்டிக்காரன் மேடைக்கு வலதுபுறம் இறங்கியபோது அணுகினான் திருமலை.

“அடுத்து எந்த எந்த ஊர்ல நாடகம்?”

ஆர்மோனியம் கரூர் மாணிக்கம், அவனது ஆர்வத்தை மதித்து வியந்தபடி பதிலும் கூறினான்.

“நாளைக்கு எரச்சப்பாடி, நாளக்கழிச்சு புள்ளாக்கவுண்டன் பாளையம் பிறகு அடுத்து மூலத்துறை, அடுத்தாப்ல...” அது செறுத்து நாடகங்கள் நடக்கும் சீஸன்.

நெடிய பட்டியலை மாணிக்கம் வாசிக்கத் தயாரானபோது அவனுக்கு முதுகு காட்டி நடக்க ஆரம்பித்திருந்தான் திருமலை- ஆடுகள் அடைத்த பட்டியைப் பார்த்து.

கோழி கூவுவதற்குமுன்பே அவனது வருகையை ஆடுகள் எதிர்பார்த்திருக்கவில்லை. எந்தப் பக்கமும் கதவு வைத்துக்கொள்ளத் தோதாயிருந்தது ஆட்டுப்பட்டி.

அதில் ‘மூலைகட்டாத’ படலைத் திறந்து மூன்று ஆடுகளை மட்டும் வெளியேற்றினான். அவை வெளியேறியதும் பட்டியைச் சாத்திவிட்டு கன்னிவாடி சந்தைக்கு விரட்டினான்.

ஆடுகள் மூன்றையும் சின்னாளபட்டி முத்துக்காளையிடம் ரூ.150க்கு விற்றான். நாச்சம்மை கடையில் இட்டிலி தோசைகள் சாப்பிட்டான். சந்தையை அடுத்து மண்ணாங்காட்டுப்பதிக்கும் சந்தைக்கும் இடையே உள்ள கரைக்கிணறில் ஒரு குளியல் போட்டான்.

ஈர உடுப்புகளைக் காற்றும் வெயிலும் உலர்த்தும் என நம்பி பகல் கிழித்து நடந்தான் எரச்சப்பாடிக்கு. அந்த ஊரில் கோடைமரம் இலைகளை உதிர்க்க ஆரம்பித்திருந்த நிழலில், பழுப்பிலைகள்மீதாகத் துண்டு விரித்துப் படுத்தான். சருகுகள் சரசரக்கும் பகல் மரநிழலில் மனோன்மணியின் நினைவூடே இரவு விழித்த களைப்பில் தூங்கிப் போனான்.

நாடகக் குழுவும், திரைப்புலம், மயானம், அரசவை, மகுட கிரீடங்கள், தோள் துருத்திகள் உள்ளான சீன் செட்டிங்கும் உள்ள மாட்டு வண்டிகள் அவன் மரத்தடி நிழல் கடந்தேபோயின. மரப்பைதாவைச் சுற்றியுள்ள இரும்பு வளைப்பட்டைகளின் தாரை, மாடுகள் போகுமிடமெலாம் வழிந்து பின்னோடி இணைத்தடம் போட்டன. அவனது இடத்தை வண்டிகள் கடந்தும் விழிக்கவில்லை அவன். இரவின் ஒளியறையில் விழித்துத் தரிசித்தலே தேவையாயிருந்தது திருமலைக்கு. பகல் தூங்கி இரவில் விழிக்குமாறு ஒரே நாளில் புரள் மாற்றம் பெற்றுவிட்டான்.

இரவு புலர்ந்ததெனவே அவனும் விழித்துவிட்டான்.

'சதாரம்' நாடகம் தொடங்கிவிட்டது. இரவின் வீதியெங்கும் அவள் வியாபித்து ஆடுகிறாள். அவன் ஆராதிக்கிறான். வானளாவ உசந்து நின்று பெருங்குண்டத்தில் அவன் விண்மீன்களைப் பொடித்துப் போட்டான், சாம்பிராணிபோல. அவளோ புகையாகி விரவ, திணறினான். திரைச்சீலைக்குள் அவள் மறைந்துசெல்லும் நேரங்களில் சற்றே நிலை திரும்புகிறவனாக இருந்தான்.

அருகிலிருந்த ஒரு பையனைக் கூப்பிட்டு தனது பெயரில் மனோன்மணிக்கு அம்பது ரூபாய் சம்மானஞ் செய்ய வேணுமாய்த் தந்தனுப்பியது நிமிடங்களுக்குப்பின் மேடையில் குரல் பெற்றது.

"சாந்தப்பாடி திருமலைப் பண்ணாடி, மணப்பாறை மனோன்மணிக்கு சன்மானம் ரூபாய் அம்பது, ஆட்டத்தைப் பாராட்டி."

நாடகத் திடல் விக்கித் திக்கித்தது. உண்மையில், அந்தத் தொகை ராஜபார்ட்டின் சம்பளத்தைவிடவும் மிக அதிகமானது. வியப்பில் யார் அந்தத் தாராளன் என பிடரி வலிக்கும்விதம் திரும்பிப் பார்த்தார்கள். பின்னால் அமர்ந்திருந்தவர்கள் அவனது முதுகை வியந்தனர். அவன் பரவச பாவம் காட்டாமல் தன் உணர்ச்சிகளை ஒரு பீடியால் மறைத்தவாறு தொடர்ந்து நாடகம் பார்த்தான். இரவும் நாடகமும் முடிந்துகொண்டிருந்தபோது அவன் அங்கிருந்து கிளம்பிவிட்டிருந்தான். பொழுது புலரும்போதே கன்னிவாடி வந்திருந்தான். கிழக்கே செல்லும் எல்.ஜி.பி. பஸ்ஸுக்காகக் காத்திருந்தான். அளவு லோடு வண்டியான அதில் தனக்கு ஸீட் கிடைக்கவேண்டுமென விரும்பினான்.

கன்னிவாடியில் அவனோடு ஐவர் பஸ் ஏறினர். தனது பாக்கெட்டிலிருந்து இன்வாய்ஸ் எடுத்தெழுதிக்கொண்டு பிறகுதான் ஓட்டுனர் வண்டியைக் கிளப்பினார்.

திருமலை சின்னதாராபுரத்தில் இறங்கினான். நிறுத்தத்தில் இறங்கித் தெற்கே நடந்துபோய் அமராவதி ஆற்றில் குளியலாதி கடன்கள் முடித்தான். மாதா கோயில் எதிரிலுள்ள திலகம் ஹோட்டலில் சாப்பிட்டான். மீண்டும் தெற்கே நடந்து மேற்குப் பார்த்த ஈசுவரனான முனிமுக்தீசுவரர் கோயிலில் மாலைவரை தூங்கினான். மனோன்மணியின் முகத்தை துண்டுக் கனவுகளில் கண்டு வியர்த்தான்.

காளியம்மன் கோயிலின்கீழாக சூரியன் போய்விட்டது. மீண்டும் வந்து சாப்பிட்டான். பகல்நேரத்துக் கடைசி 'பாங்கு ஒலி' தென்னிலை போகும் பாதையிலுள்ள மசூதியில் ஒலித்தது. இனி புள்ளாக்கவுண்டன் பாளையத்துக்கு நடக்கவேண்டியதுதான். நாலு மைல். சொக்கலால் இரண்டு கட்டுகள் வாங்கியதல்லாமல் சிகரெட்டும் புகைக்க வேண்டுமெனத் தோன்றி, யானை சிகரெட் ஒரு பாக்கெட் வாங்கினான். சிஸர்ஸ் என்கிற கத்திரி சிகரெட் வாங்க மனத்தடை இருந்தது அவனுக்கு. கத்திரி ஆபிஸர்கள் மற்றும் பி.ஏ. படித்தவர்களுக்கானது. யானை சிகரெட்டின் அட்டையில் ஒருபுறம் பெரிய யானை இருந்தது. மறுபுறம் உள்ள சின்னயானை தேவர் பிலிம்ஸ்போல முட்டை வளையத்துக்குள் இருந்தது. புகைக்கத் துவங்கியவாறே புள்ளாக்கவுண்டன் பாளையத்துக்கு நடந்தான்.

அப்போது அவளுக்காக, அவன் வங்கக்கடல் வரையோ அரபிக்கடல் வரையோ நடக்கச் சித்தமாயிருந்தான். அவன் நடையினூடே பகல் மெல்லமெல்ல மங்கி வந்தது. அந்த ஊருக்கு இரவைக் கொண்டுபோனான்.

பவளக்கொடி நாடகம் பார்க்க புதிதாய்க் கட்டிமுடித்திருந்த வேப்பமரக் கல்லுக்கட்டிலில் அமர்ந்தான். வேப்பமரம் ஒரு கனகாம்பரச் செடி அளவே வளர்ந்திருந்தது. 'வைத்து உண்டு பண்ண' ஊர் முழுதும் பிரியம் கொண்டிருந்தது. மனோன்மணிமேல் திருமலை கொண்ட பிரியம்போல.

காட்சிப் பின்புலத்திரைகள் மாறுகின்றன. மற்ற பார்வையாளர்கள் மண்ணமிழ்ந்து மறைய, மேடையிலிருந்து திடலின் காற்றுவெளி ஊடறுத்து அவனது கண்களுக்குள் பாய்ந்தாள் அவள்.

"சாந்தப்பாடி திருமலைக் கவுண்டன் ரூபா அம்பது" சன்மானத் தாக்குதலால் அதிர்ந்துகொண்டிருந்தாள் அவள். விதிர்விதிர்த்து ஆடுகிற சலங்கையின் வளைசெவ்வக இடைவெளியின் உள்ளிருந்து பரல் கண்கள் தேடுகின்றன. யாரவர்? கண்டுபிடித்துவிட்டாள் தொடரும் சுடர்க் கண்களை; சிகரெட்டின் கனல் முகத்தை.

நாடகம் முடிந்ததும் அப்படியே அடுத்து மூலத்துறை போக வண்டிகள் நின்றன. நாடகக் குழுவும், ஊர்ப் பெரும்தலைகளும் பிரிவின் கடைசி நொடிகளில் குழுமியிருக்க, பரிதவிப்பின் கண்களோடு திருமலை நின்றிருந்தான்.

பெட்டிக்காரன் கரூர் மாணிக்கம் அணுகிவந்து, "ஏந் தம்பி! நீங்களும் வர்றீங்களா?" என்றான்.

ஆம் ஓதித்துத் தலையாட்டியவனை மாணிக்கம் வண்டியேற்றினான். வண்டிக்குள் ஏற்கனவே அமர்ந்திருந்தாள் மனோன்மணி. மென் நறுமணப்பொடியின் பூச்சொளி கலைத்து அழகு குன்றிக் காணப்பட்டாள். தூக்கமிழந்ததன் செம்மை, கண்களில் படர்ந்து இடுங்கியுமிருந்தன அவை.

பரஸ்பர பார்வைகள் படிந்தபோது, 'நீ என் பார்வையில் படுகிற எதேச்சைப் பொருள்களில் ஒன்று. அவ்வளவுதானாக்கும்' எனப் பாவனை காட்டி, இயல்பின் கபட நாடகம்பூண்டு முகங்களைத் திருப்பிக் கொண்டனர். மூலத்துறையில் வண்டி நாடக ஏற்பாட்டாளர் சந்திரசேகரின் தோட்டத்துக்குத் திரும்பும் இட்டாரியில் திருமலை இறங்கிக் கொண்டான்.

அமராவதி இங்கேயும் ஓடிக்கொண்டிருந்தது.

நேற்றைய நதி

நாளைய நதி

இன்றைய ஆறு. டீ குடித்துவிட்டு ஆற்றங்கரை நாடிப் போனான். கரையில் ஒரு மரநிழலில் சோம்பி, பாழ் நேரம் கடத்தினான். எழுந்துபோய் வேம்பு ஒன்றில் சிறு குச்சி ஒடித்தான். அதன் நுனிகடித்துத் தூரிகை தேற்றிக்கொண்டிருக்கையில் குளித்துக் கரையேறிக் கொண்டிருந்தாள் கோபிகை மனோன்மணி. நதிக்கரை நந்தவனமானது; பிருந்தாவனம்.

தூயஆடையில் நீர்ச்சொட்டுகள் திட்டிட்டு விரவியிருந்தன. இந்தக் கோடைப்பகலில் பனி நனைந்த செடிபோல் அதிசயமாயிருந்த அவள் சூரிய வெளிச்சத்திலும் மிக அழகியெனவே தோன்றினாள்.

வரும் திசைகாத்து நின்றிருந்தான் அசையாமல். அருகில் வந்த அவள் தலைகுனிந்து நின்றாள். அது வேப்பமர நிழலாய் இருந்தது.

"தினமும் இப்படியே கூட வரப்போறீங்களா?"

"இல்ல. இன்னிக்குப் போயிடுவேன்."

நிமிர்ந்து பார்த்த அவளது கண்கள் கலங்கியிருந்தன. அவர்கள் தவிர்த்த உலகம் உறைந்துவிட்டிருந்தது.

நீர்ப்படலம் திரையிட்டிருந்த கண்களுக்குள் அலாதியான மர்ம பாவங்கள் ததும்பியிருந்தன.

"நீ மகாராணி வேஷம் போட்டு நடிக்கமாட்டியா? சதாரம், சாவித்திரி, பொம்மி, சித்திரவல்லீன்னு..."

"நடிப்பேன். அதுக்குத்தான் பாடம் படிச்சுக்கிட்டு இருக்கேன். வசனமும் பாட்டும் படிச்சுட்டா ஏ. கே.சிங்கு கம்பனில சேந்துருவேன்."

"நீ அப்படி நடிச்சு நான் பாக்கணும்."

திருமலை திரும்பி நடந்தான். அவனையே பார்த்துக் கொண்டிருந்தவள் பின் அவளது தடத்தில் நடந்தாள்.

நீர் குறைந்த அமராவதி கிழக்கோடிக்கொண்டிருந்தது, சிற்றலைகளைச் சுமந்துகொண்டு. அலை அகடுகளில் கருமை இருந்தது. அந்தக் கருமை நாளின் தொடுவானத்தில் ஏறிவந்து இரவாய்ப் பூத்தது.

இரவின் பெருந்திரையில் மனோன்மணி.

"திருமலை, ரூபா முப்பத்தேழு."

காட்சியின் பெருங்கூட்டத்தில் ஒரு யானை சிகரெட்டின் கங்கு சுடர்வதைத் தொலைவிலிருந்து மனோன்மணி ஊகித்தாள். அறிவிப்பின் ஐந்தாம் நிமிடம், அர்த்த ஜாமத்தோடு ஜாமமாக அவன் நடையைக் கட்டினான். ஆறு கடந்து தலையூர் வந்தான். உத்தேசப் புவியியல் அறிவில் தடம்பிடித்துத் தடம்பிடித்து சத்திரம்வழியாக ஆனங்கூர் வந்து கீழ்த்திசை திரும்பி அதிகாலை ஊரடைந்தான்.

சாந்தப்பாடி. ஊர் முகப்பில் பண்டிகையின் தடயம் தொலையாமல் கோயிலில் காத்திருந்தாள் பெரிய காண்டியம்மன். கோயில் கடக்கும்போது, மோகனத்தின் மீந்திருந்த கடைசி மிச்சத்தையும் அர்ப்பணித்தான். உண்டியலில் நாலணா.

பச்சுப்பச்சென விடிந்திருந்தது. பயத்துடனே அவன் கதவு தட்டியபோது 'அய்யா!' என அவனால் விளிக்கப்படும் அப்பாதான் கதவு திறந்தார்.

"சண்டாளா! திருமே... மூணு நாளா எங்கேடா போய்ட்டே? மூணு ஆட்ட வேற காணமடா."

"அதத் தேடித்தானுங்கய்யா போய்ட்டு வாறேன்."

ராஜகுமாரியின் ரசிகன்

அன்புள்ள அப்பா,

இதைக் கார்டில் எழுத முடியாது. வெள்ளைத் தாளில் எழுதிக் கொண்டிருந்தாலும் அஞ்சல் செய்யமுடியும் என்றும் தோன்றவில்லை. இன்றைக்கு நகரத்தில் 'ஹரிதாஸ்' படப் போஸ்டர் பார்த்தேன். ஹரிதாஸ் படத்தை வாழ்த்திக்கூட போஸ்டர் ஒட்டி யிருக்கிறார்கள். இதில் ஆச்சர்யமில்லை. இங்கு மதுரையில் ஜாக்கிசானுக்குக்கூட ரசிகர் மன்றம் இருக்கிறது. சங்கம் வளர்த்த மதுரை அல்லவா? ஆனால், நமக்கான விஷயம் அதுவல்ல. போஸ்டரில் டி.ஆர்.ராஜகுமாரியின் பெயரும் இருந்தது.

மங்கிய நாற்பதுவாட்ஸ் பல்பின் வெளிறிய பொன்நிறத்தில் பளபளக்கும் நமது கிழக்குவாசல் வீட்டின் சுவரும், அதில் ரூல் பென்சிலால் எழுதப்பட்ட சுவரெழுத்துகளும் நினைவு வந்துவிட்டன. மாட்டுப் பெட்டியில் ஒ. ஓட்டுப் போடுங்கள். அந்த ஒ மட்டும் சின்னதாராபுரம் ஸ்கூலில் உயிரியல் லேபில் சின்னச் சீசாவுக்குள் அடைபட்ட கடல்குதிரைமாதிரி இருக்கும். பிறகு கண்ணாம்பாவின் பெயர். இது இரண்டுக்குமிடையே டி.ஆர்.ராஜகுமாரியின் பெயர் இரண்டு முறை எழுதப்பட்டிருக்கும்.

அதை எழுதியது நீங்களாகத்தான் இருக்க வேண்டும். பெரியப்பாவாய் இருப்பதற்கும் சாத்தியம் உண்டுதான். இதையெல்லாம் நேரிலாகேட்க முடியும்? எனக்கென்னவோ அதை எழுதியது நீங்கள் என்றே நம்ப முடிகிறது. நீங்கள் எனக்கும், நான் உங்களுக்கும் அபூர்வமாகத்தான் கடிதம் எழுதிக் கொள்கிறோம்.

ஆனாலும் கையெழுத்து மறப்பதில்லை அப்பா. கையெழுத்துத் தெரியாத அளவுக்கு வாழ்க்கை பத்திரமற்றுப் போய்விடவில்லை. வீட்டில்தான் எத்தனை பத்திரங்கள் இருக்கின்றன? கைவரப் பெற்றவைகளையும், கையிழந்து போனவைகளையும் பத்திரங்கள் உறுதிசெய்கின்றன. எழுதியதும் சாட்சியுமான... பெயர்களுக்கு முன்னால் ரெவின்யூ ஸ்டாம்பில் ஓடுகிற உங்கள் கையெழுத்து மறக்கக்கூடியதா என்ன? வர்ணனைகளுக்கு எட்டாத ரெவின்யூ ஸ்டாம்ப்பின் நிறம் அலாதியானது.

நீங்கள் சுவரில் எழுதிய நாட்களில் ரெவின்யூ ஸ்டாம்ப்புகளை நினைத்துக்கூடப் பார்த்திருக்கமாட்டீர்கள். ஏனெனில் நான் சுவரில் எழுதிய நாட்களில் எனக்கும் ரெவின்யூ ஸ்டாம்ப்பினைப் பற்றிய அறிவு இருந்ததில்லை. பட்டாம்பூச்சிகள் பற்றித் திரிந்த நாட்களிலேயே எனக்கும் சுவரில் எழுதும் பழக்கம் தொடங்கிவிட்டது. நம் வீட்டையும் 'சுப்பிரமணி அண்ணன் வீட்டையும் பிரித்து, வடக்கு முகமாக நிற்கிற நம் வாசல்விளிம்புச் சுவரில் 'நீலக்கடலின் ஓரத்தில்...' பாடலை முழுமையாக எழுதிவைத்தேன்.

உள்திண்ணை சார்ப்பு இறங்கலில் ஹேங்கருக்குக் கீழாக சில படங்கள் இன்னும் இருக்கிறதா; பொங்கல்தோறும் மோதும் சுண்ணாம்புக் காரத்தில் அமிழ்ந்து போய்விட்டதா தெரியவில்லை. மூணு மாசத்துக்கு ஒருமுறை ஒரு நாள், ரெண்டு நாள் வந்துபோவதில் இதெல்லாம் பார்க்க ஏது நேரம். உள்திண்ணை. வாசல்... வாசலுக்கு வெளிச்சம்காட்ட எஸ் வடிவக் குழாய் ஒன்றின் நுனியில் பல்ப். கிரிக்கெட் பிட்ச் நீள அகலத்தில் முகங்காட்டும் வழவழப்பில் வெளித்திண்ணை. பகலைப் போலவே இரவுங்கூட வெளிச்சமான நாட்கள் அவை.

சாயந்திரம் வெளித்திண்ணையில் அம்மாவுக்கும் எனக்கும் இருப்பு. மேற்கே மூலனூரிலிருந்து எப்போது வருவீர்கள் என்று கடக்கும் பஸ் ஒவ்வொன்றையும் பார்த்தவாறு நானும் அவளும். கிராமத்தில் பஸ் நிறுத்தத்துக்கு அருகிலேயே வீடு அமைவது கொடுப்பினை. அந்தக் காத்திருப்பு நேரத்தில்தான் அம்மா எனக்கு அனேகக் கதைகள் சொல்லியிருப்பாள். எனக்கு ஒன்றுகூட நினைவில் இல்லை இப்போது.

எனக்கு இந்தக் கணத்தில், தன் வாழ்வின் லட்சியமே அப்படிக் காத்திருத்தல்தான் என்பதாக, அவள் அப்படி அமர்ந்ததாய்ப்படுகிறது. நான் மறந்துவிட்ட கதைகளை நம் வீட்டு முகப்பு வேப்பமரம் நினைவில்கொண்டிருக்கும். இலையுதிர் காலத்தில் இலைகளில் கதைகளையும் உதிர்த்து மண்ணோடு கலக்கச் செய்யும். மண்ணில் கலந்த கதைகள், நம் ஊரின் வமிசவமிசாந்திரங்களுக்கும் தொடர வேண்டும். குழந்தைக் கதைகளும் தாலாட்டும் அற்றுப் போய்விடக் கூடாது.

அனேகமாய் கடைசி பஸ்ஸில் இறங்குவீர்கள். உங்களை இறக்கி விட்டு பஸ் கிழக்கே போய்விடும். அப்போதுதானே நாளை மறுபடியும் உங்களை இறக்கிவிட வரமுடியும். உங்களை நோக்கி ஓடிவருவேன். காக்கிநிறப் பொதிவில் எனக்கேயான அந்தத் தின்பண்டம் ஒரு நாளேனும் தப்பியதில்லை. மகா பெரிய வேடிக்கை தெரியுமா? அந்தத் தின்பண்டத்தின் பெயரே எனக்குப் போன வருடம்தான் தெரியவந்தது.

நண்பன் போஸ், பெங்களூர் டூர் போகிறான் என்று வழியனுப்புவதற்கு முன் பேக்கரிக்குப் போய் அந்த இதுகாறும் கண்டுபிடிக்கப்பட்ட பொருள்களிலேயே சுவை கூடியதான தின்பண்டத்தை, “ஏனுங்க, இதொரு காக்கிலோ குடுங்க” என ஜாடியைக் காட்டி கேட்கவும், கடையிலிருக்கும் பெண் சிரித்தவண்ணமே “ரஸ்க்கா?” எனக் கேட்டு நிறுத்துத் தந்தாள்.

அந்தச் சிரிப்புக்காகவே தினம் கால் கிலோ வாங்கலாம். இருபத்தஞ்சு வயசுக்கப்புறம் அதன் பெயர் ‘ரஸ்க்‘ எனத் தெரிய வருகிறது. எது எது, எந்தெந்த நேரத்தில் படிப்பினைக்கு வரும் எனத் தெரியவில்லை. படிக்கிற காலத்தில் படிக்காவிட்டால் பல தொல்லைகள் வந்து சேருவது கண்கூடு. அரசியல், கதைப் புத்தகம், சினிமா, கிரிக்கெட் என்று என் மூளையை எத்தனை விஷயங்கள் இழுத்துக்கொண்டன.

ஐந்தாம் வகுப்புப் படிக்கையிலேயே ஆண்டிவேல் டெய்லரோடு போய் கட்சிச் சின்னம் வரைந்திருக்கிறேன். சுவரில் வரைவது சாதனையா என்ன? பிளஸ்-டூவில் எல்லா ரெக்கார்டு நோட்டுக்கும் மோகன்தான் படம் வரைந்து கொடுத்தான். ஒரு படத்தை மட்டும் நானே வரைந்து ‘தவளை!’ என்றெழுதி உயிரியல் டீச்சரிடம் கொடுத்தேன். சோபியா டீச்சர் சிரித்துக்கொண்டே யார்க் போட்டார். குறும்புகள் சிலசமயங்களில் நல்விளைவுகளை உண்டு பண்ணுகின்றன. என் கையெழுத்துக்கூட மெச்சிக்கொள்ளத் தக்கதாயில்லை. பத்திரிகை ஆசிரியர்களை வெறுப்புக்கொள்ளச் செய்ய என் கையெழுத்தே போதுமானது. வாசகர்கள் பாடு தேவலை. அவர்கள் எழுத்தாளர்களின் கையெழுத்தைப் பார்க்க வேண்டாதபடிக்கு அச்செழுத்துக்கு அருளப்பட்டவர்கள்.

கையெழுத்துமாதிரியே விரும்பத்தகாத விதத்தில் என் கதைகளின் நடையும் இருந்திருக்க வேண்டும். யாரும் பிரசுரிப்பதாய்க் காணோம். இன்னும் எத்தனை நூற்றாண்டு காத்திருக்க வேண்டும் என்று தெரியவில்லை, நான் எழுத்துக்காரன் ஆவதற்கு. நீங்கள் எனக்குக் கொஞ்சம் சுதந்திரம் தராதவராய் மட்டும் இருந்திருப்பின் நான் இப்படிக் கதை எழுதவேண்டியிருக்காது. நல்ல சம்பளத்தில் உத்யோகத்தில் இருந்திருப்பேன். நீங்கள் தந்த சுதந்திரம் அதிகம். எப்போதும் சுதந்திரத்தைப் பயன்படுத்துவதில்தான் சிக்கல்.

சுதந்திரத்தின் விளைவுகளில் தண்டவாளத்தின் வரைநீட்டம் போல நல்லதும் கெட்டதும் பக்கத்தில் பக்கத்தில் இருக்கின்றன - பிராட்கேஜ்கூட அல்ல. அந்தச் சுதந்திரமே என்னையும் உங்களையும், நான் ஊருக்கு வருகிற நாட்களின் ராத்திரிகளில் சந்தைச் சாலைப் பாலத்தில் பிரகாச மெர்க்குரி விளக்குகள் கீழில் நள்ளிரவுவரை அமர்ந்து பேசவைக்கிறது. அந்தநிலையில், நம்மைப் பார்க்கும் யாரும் தகப்பனும் மகனும் என்பதை சாமிகள் முன்னர் சத்தியம் வைத்தாலன்றி நம்பமாட்டார்கள்.

இனியொரு இரவு அப்படி வாய்க்குமெனில், ஒரு மனசுபோல இன்னொரு மனசு என்று உணர்கிற, உறவும் கட்டுகளும் தளர்ந்துவிடுகிற தருணத்தில், 'டி.ஆர்.ராஜகுமாரி' சுவரெழுத்து பற்றி கேட்டுவிடுவேன். டி.ஆர்.ராஜகுமாரியைப் பார்க்க நான் ஹரிதாஸ் படத்துக்குப் போக வேண்டியதில்லை. போஸ்டரேகூடப் போதுமானது. வெவ்வேறு வெளிச்சச்செறிவுகளில் வெவ்வேறு அழகுகாட்டுகிற ஆனால், எப்போதும் அழகாயிருக்கிற முகங்களை இயற்கை படைத்துக் கொண்டேதானிருக்கிறது.

அதிர்ஷ்டவசமாய், இன்னும் சுவர்களில் எழுதும் மனோநிலையை, வல்லமையைத் தக்கவைத்தவனாகத்தான் இருக்கிறேன். ஒருவேளை, படம்பார்த்து டி.ஆர்.ராஜகுமாரியை மிகப் பிடித்துப்போய் விட்டாலும், சுவரில் பெயர் எழுதிவிடக்கூடாது என்பதில் உறுதியாயிருக்கிறேன். இன்னும் முப்பது ஆண்டுகள் கழித்து எனக்கு இப்படி ஒரு கடிதம் வரணுமா என்ன?

அன்பாக,

க.சீ.விஜய பாஸ்கரன்.

வெளிச்ச நர்த்தனம்

இரவு ஒன்பது மணிக்கு இந்த இடத்தில் பஸ் நின்றுவிட்டது. மழைபெய்து ஓய்ந்த இடம். புவித் தொடர்பைத் துண்டிக்க மனமின்றி அபூர்வமாய் அவ்வப்போது சொட்டிக் கொண்டிருக்கிறது மேகம். எதைத்தான் சுலபத்தில் துண்டிக்க முடிகிறது? இன்னும் திண்டுக்கல்லுக்கே இருபத்தைந்து நிமிட தூரம் இருக்கிறது. பஸ் நின்றுபோனது பழுது காரணமாய் அல்ல. இரண்டு கிலோமீட்டர் தொலைவின் அப்புறத்து இஸட் வடிவத்தின் மையக்கோட்டைக் கீறிச் செல்லும் தண்டவாளம். ரயில்வே கிராஸில் நின்று பார்க்கையில் இஸட்டை நிமிர்த்த முயற்சித்துப் பாதியில் கைவிட்டமாதிரி சாலை அமைப்புத் தோணும். வெள்ளரியும் கடலையும் ஜன்னலின் சந்துவழி விற்பவர்கள் மகிழுமவண்ணமாக இம்மாதிரி ஸ்தம்பிப்பு அடிக்கடி இங்கு நிகழ்கிறது. தங்களை சாமர்த்தியசாலிகளாய் உணர்கிற சில டிரைவர்களின் கியர்களில் காலக்கடிகாரம் நசுங்குபட்டு இப்படிக் காத்துக்கிடக்க நேரிட்டுவிடுகிறது. அது மட்டும்தானா காரணம்? அன்றைக்கு சக்தியைப் பார்க்கவென்று தேனி போகிறவழியில் உறவுகள் அருகிலற்று இதழ்களில் ஈ மொய்க்க செத்துக் கிடந்தானே ஒரு முப்பத்தஞ்சு வயசுக்காரன்; அவன்போலவும் யாரேனும் அங்கு அடிபட்டும் கிடத்தல்கூடும். இரவுகளில் ஈ மொய்க்காதுதானே. என்ன இழவோ! நான் திண்டுக்கல் போய், அங்கிருந்து கரூர் சென்று, அப்புறம் மேற்கே 'தும்பிவாடி' போகவேண்டும். கடைசி பஸ் பத்தரை மணிக்கு. நான் வந்த பேருந்து ஒரு ஹெலிகாப்டராக மாறினாலன்றி நிர்ணயித்த நேரத்துள் இலக்கடைய

முடியாது. இடைவெளியுடன் தொடுக்கப்பட்ட கதம்ப வரிசையாய் வேன்கள், லாரிகள், பஸ்கள் என்று வாகனங்களின் தவம். இன்றைய இரவு தும்பிவாடி போக முடியாதுபோலிருக்கிறது. இன்றைக்கு அங்கே பாட்டுக் கச்சேரி. நான் ஒன்றும் பாடகனல்ல. ஒரு 'பாடுபொருளைப் பார்க்கப் போகிறேன். அங்கு மழை இல்லையெனில் பத்து மணிக்கெல்லாம் கச்சேரியை ஆரம்பித்துவிடுவார்கள். மாரியம்மன் கோயில் விசேஷத்தை முன்னிட்டுக் கச்சேரி. நான்கூட ஒரு தேவதையை எதிர்பார்த்துத்தான் போகிறேன்.

பஸ்ஸை விட்டுவிட்டு முன்னும்பின்னுமான வாகனங்களை வேடிக்கை பார்த்தவண்ணம் உலாத்துகிறேன். சாலையோரப் பள்ளங்களில் நீர்தேங்கி தவளைகள் குடிவந்துவிட்டன. மழைப்பாடலின் பின்னணிச் சுரமாய் அவை விடாது கூப்பாடு போடுகின்றன. வளர்மதி! வளர்மதி!!

சிலசமயம், காலக்குயவன் விவஸ்தையற்றுத் தவறு புரிகிறான். எனக்கு ஒரு வருடம் முன்னதாகவே அவளை வனைந்துவிட்டான். பள்ளியில் நான் பத்தில் படிக்கையில் அவள் பதினொன்றில் வந்து சேர்ந்தாள். புல்நுனித் திவலைபோல. புல்லாங்குழலைப் போல. மண்துகள்களைப் பொன்னாய் மாற்ற மணல் ஆரண்யத்தின் மையத்தில் பூத்த மாயமலர்போல. ஒருவேளை, அவள் பதினொன்றில் தோற்றிருந்தால் நான் அவளுடன் இணைந்து படிக்க நேர்ந்திருக்கும். அப்புறம் நான் லெவன்த்தில் பெயிலாகியிருப்பேன் என்பதும் சொல்ல வேண்டியதில்லை. ஆனால், அவள் புத்திசாலி. அவளது சிரிப்பைப் போலவே மின்னலிடும் அறிவொளி. அதுவே அவளில் என்னைக் கவர்ந்ததாயுமிருத்தல்கூடும். காந்தப்புலம்போலவே அவளைச் சுற்றிலும் ஏதோ ஒரு புலம் பெரியதாய் சூழ்ந்திருந்தது. அந்தப் புலத்துக்குள் நுழைந்தபோது பெரிதும் நான் இம்சைகளுக்குள்ளானேன். குழந்தையின் பாதத்தைப் பிறாண்டி கிச்சுகிச்சு மூட்டிதாய் தருகிற இம்சை அது.

என்மீதான அவளின் தாக்கம் பெயரிடப்படாத ஒன்றாக இருப்பதே நியாயம் என்று படுகிறது. காதல் எனப் பெயரிட முடியாது. ஒருவேளை, ராகவனுக்கும் அவளுக்கும் இடையில் ஏற்பட்ட பந்தம் காதலாய் இருந்திருக்கலாம். ராகவன் பிரகாசன். பிரகாசம் கமழ்கிற முகங்கள் வகுப்புக்குச் சிலதான் வாய்க்கின்றன. கவிதை, கட்டுரைகள், படிப்பில் டிஸ்டிங்ஷன், பழுப்பும் அழுக்கும் நெருங்காத யூனிபார்ம், ஒழுங்கான தலை என்று ஆதர்ச மாணவனாய் இருந்தான். நான் அக்காலத்தும் வாழ்வின் சகல நாட்களிலும்போலவே சபிக்கப்பட்ட வனாந்தரத்தின் அட்டெண்டென்ஸில் இருந்தேன். ஆனபோதும் அவன் எனக்கும் நல்ல நண்பனாய் இருந்தான். வளர்மதிக்கோ, வகுப்புத் தோழனும்கூட. சரி, அப்படியானால் வளர்மதி ராகவனையே காதலிக்கட்டும். தவிரவும், வளர்மதி தன் நினைவின் பேழையில் வானவில்லை மினுக்குமொரு மயிலிறகின் இடத்தைக்கூட எனக்கு நல்கவில்லை என்பதை சமீபத்தில்

அறிந்தேன். எனக்கும் அவளுக்கும் பொது நண்பன் வடிவேல். அவளிடம் ஏதோ ஒரு சந்தர்ப்பத்தில் எனது பெயரைக் கூறப்போக, அவள், "அப்படி யாரையும் எனக்கு ஞாபமில்லையே" என்றாளாம். தீர்மானமாய் அன்பு செய்கிறவர்களை அறிந்துகொள்ளாதவர்களும் இருக்கிறார்கள். அறிந்துகொள்ளாதவர்களைத் தீவிரமாய் அன்பு செய்கிறவர்களும் இருக்கிறார்கள். என்னை அவள் மறுத்திருக்கலாம். ஆனால், ராகவனை அவளால் மறுக்கமுடியாது. மறக்கவும்தான். அவர்களிருவரும் பன்னிரெண்டில் படிக்கையில் 'இருவருக்கும் காதல்' என்று, பள்ளிக்கூடம் மொத்தம் 'குபேர்' ஆகிவிட்டது. அதில் நிஜமும் இருந்திருக்கலாம். என் நண்பனுக்கு அவள் வாய்த்தது குறித்து மகிழ்ச்சிதான்.

ராகவனின் கல்யாணத்துக்குப் போகலாம். யாருக்கும் சொல்லி வெளியுணர்த்தமுடியாத வளர்மதியின்பாலான என் அன்பை விழியோரக் கசிவில் கரைத்துவிட்டு, அட்சதைகளைத் தூவிவிட்டு சுகசந்தோஷமாய் ஒரு சிகரெட் புகைத்துவிட்டு வந்துவிடலாம்.

வாழ்வில் அனேக கனவுகள் பலிக்காமல் போய்விடுகின்றன. ராகவனும் வளர்மதியும் வேறுவேறு ஜாதிகளில் பிறந்திருந்தார்கள். ஒருமுறை, ராகவனின் அம்மா என்னிடம், "அவ மட்டும் எங்க ஜாதியா இருந்திருந்தா கட்டாயம் அவளைக் கட்டி வச்சிடுவேண்டா. நல்ல பொண்ணு" என்றார்கள். அந்த வயதுகளிலேயே திருமணம் என்பதும் நடைமுறைச் சாத்தியமற்று இருந்தது. சாதிக் கொடுக்குகளிலிருந்து தப்பித்து அவ்விரு பிரதிமைகளும் மேலும் நான்கைந்து ஆண்டுகள் காத்திருப்பதென்பதும் பகீரதத்தனம். மொத்தத்தில் அவர்கள் இருவரும் இணைவதென்பது இயலாததாயிற்று. ராகவனுக்கு மாமலை ஒரு கடுகாகிவிடவும் இல்லை. ரோம வளர்ச்சி குறைவான முகக்கட்டு ஆகையால் தாடியும் வரவில்லை. அவனது தந்தையாருக்கு மட்டும் தஞ் சாவூர்ப் பக்கம் மாற்றல் வந்தது. பிளஸ்-டூ முடிந்த கையோடு அவன் கண்காணாதானான். நினைவுகள் தவிர்த்து யாதொரு சுவடுமின்றி என்னிலிருந்து ராகவன் பிரிந்தான்; வளர்மதியிடமிருந்தும்.

வளர்மதி, கல்லூரியில் படிக்க தாராபுரம் போனாள். எங்கள் ஊரை தினமும் அவள் பஸ்ஸில் கடந்துபோகும்விதமாய் புவியியற் சதி அமைந்துவிட்டது. அந்தச் சதியே, அவளது நினைவுகளின் ரீங்காரம் நீங்காது குமிழியிட ஏதுவாகவும் அமைந்துவிட்டது. அவளது கல்லூரியின் முதலாண்டின்போது அபூர்வமாய் எப்போதாவது பார்ப்பேன். பிறகு நான் +2 முடித்து ஊரில் முழுநேர பஸ் ஸ்டாண்ட்வாசி ஆகிவிட்டேன். ஊர்சுற்றலின்பால் நான் கொண்டுள்ள மாறாத பற்றின் காரணமாக கல்லூரியையும் விட்டாயிற்று. அடுத்த இரண்டு வருடங்கள், அதாவது அவள் கல்லூரி நிறைவெய்தும் தருணம்வரை அடிக்கடி பார்க்க நேர்ந்தது. ஜன்னலோர இருக்கைகளிலோ,

நான் பயணிக்க ஏறும் பஸ்ஸிலோ அவள் காணக் கிடைப்பாள். வர்ணம் மங்கியதோர் ஓவியம்போல. ஆராதனை மறுக்கப்பட்ட மூளிச்சிற்பம்போல. கண்கள் ஒளிமங்கி இடுங்கியிருக்கும். தூக்கம் துறந்து விண்மீன்களில் ராகவனைத் தேடுகிறாளோ என்னவோ? சொல்லொணா வேதனைகள் என்னுள் வந்துபோகும். என்ன ஒரு வசியம் அவளிடம்! கரந்துறை படலத்தில் வாழ்கிற மகாராணியைப் போன்ற வசீகரம். தாராபுரத்திற்கும் கரந்துறை படலத்திற்கும் சம்பந்தமுண்டென்று பாரதம் பகர்கிறது.

மேகம் மறைத்தாலும் நிலா அழகுதான். தேய்ந்தாலும் நிலா நிலாதான். வளர்மதி. அந்தப் பன்னெடும் நாட்களில் ஒருமுறையேனும் அவளிடம் பேசத் துணிந்தேனில்லை. ஒருவேளை, ஏதேனும் ஒரு கட்டத்தில் ராகவன் அவளுக்கு என்னை அறிமுகப்படுத்தியிருந்தால் அவளுடன் பேசுவது சாத்தியமாயிருக்குமோ என்னவோ! ராகவன் அதைச் செய்யவில்லை. காதலன் அல்லது காதலியைத் தோழ, தோழியருக்கு அறிமுகப்படுத்தத் துணிவில்லாத காதல் குழந்தைகள் நாட்டில் ஏராளம் இருக்கின்றன. எப்படியானபோதும் வளர்மதியைப் பார்க்கிற நாட்களின் முன்னிரவைப் பறித்துக் கொள்ளத் தவறியதேயில்லை அவளின் ஞாபகங்கள். ஸ்தாபிதங்கள் எதுவுமற்று ஞாபகங்களைப் போற்றியதுகுறித்து இன்றளவும் வியப்பாய்த்தான் இருக்கிறது. காரண காரியங்களும் தர்க்கமும் அற்று எப்படித்தான் இந்த அன்பென்னும் சூட்டுக்கோல் பொலிந்து நெஞ்சில் வடு சேர்க்கிறதோ தெரியவில்லை.

அவள் டிகிரி முடிக்குமுன் நான், வெட்டி ஆபீஸர் வேலையையும் ஊரையும் விட்டு சமயநல்லூரில் தங்கியிருந்தேன். வளர்மதியோ, பின் கொஞ்சகாலத்தில் டீச்சராயிருந்தாள். போனமுறை ஊருக்குப் போனபோது வளர்மதிக்குக் கல்யாணமானதாய்க் கேள்விப்பட்டேன். எங்கிருந்தாலும் வாழ்க.

கணவர், கர்னாடகாவில் எங்கோ இன்ஜினியராம். அவளும் அங்கேயே போய்விட்டாள்.

ஆன்மாவில் ஆணியடித்து மாட்டப்பட்ட பிரியப்பட்டவர்களின் புகைப்படங்களிலொன்றாய் உனது படமும் எஞ்ஞான்றும் புத்திளமையுடன் இருக்கும். உன்னை அடையும் வசதியோ, வாய்ப்போ, ஏன் வயதோகூட எனக்கில்லை. மறுபிறவி பற்றிய நிரூபணங்களும் வலுவானதாக இல்லை. ஒருவேளை, மறுபிறவி என ஒன்று உண்டெனில், யுகங்களாய் நிலத்தை இயக்கும் உயிர்ச்சங்கிலியில் ஏதோ ஒரு பின்காலத்தில் எனதும் உனதுமான கண்ணிக்கூட்டு ஒன்றித்து வரவேண்டும் என்பதே என் பேரவா.

விண்ணின் கண்களும் நிலவும் சாட்சிக்கும் காட்சிக்கும் வராத, மேகங்கள் சூல் தரித்து நிற்கிற இந்தக் குளிரிரவில் முணுமுணுக்கிறேன்.

இன்றைக்கு அவளைப் பார்க்காவிடில் இனி என்றைக்கு? பார்க்கும் முன்னமே பாசக்கயிற்றின் நுனித் தூண்டில் யாரேனும் ஒருவரது உயிர் மீனைக் கவ்விவிடலாம். அதற்குள் அவளது பயணமும் எனது பயணமும் என்றேனும் ஒரே சாலையில் அமையவேண்டும்; அதுவும் எதிரெதிர் திசையில்.

ஒரு சிகரெட் குடித்தால் தேவலாம். பாக்கெட்டைத் தொட்டுப் பார்த்தேன். தீப்பெட்டி மட்டும் இருந்தது. வில்லை வைத்துக்கொண்டு அம்பைத் தேடவேண்டியதாயிற்று. பக்கம்பாட்டில் பெட்டிக் கடைகளும் அற்ற அகாலப் பிரதேசம். இரவல்தான் வாங்க வேண்டும். சாலை இருளூடு ஆங்காங்கே நின்றுகொண்டு விரலிடுக்குகளில் நட்சத்திரம் கனல்வைக்கிற முகங்களில் கொஞ்சம் பரோபகார முகத்தைத் தேடினேன். ஒரு பஸ்ஸின் முகப்பில் ஒருவர் புகைத்தவராயும் பேருந்து விளக்கை நிரடிக்கொண்டிருப்பவராயும் தென்பட்டார். திரவச்சுமை அழுந்திய முகக்குறி. கருணை பட்டவர்த்தனம். சபாஷ், சரியான ஆள். அருகில் சென்று, “ஏங்க, சிகரெட்... பாக்கெட்டா வச்சிருக்கீங்களா...” என்றேன்.

“ஏந் தம்பி... சிகரெட் வேணுமா, ஃபில்டர் இல்ல. சாதாதான் இருக்கு, பரவாயில்லையா?” என்றவாறு சிகரெட்டை எடுத்தார். சிகரெட்டை பெற்றுக்கொண்டு அதற்கான காசை பாக்கெட்டில் இருந்து எடுத்தேன்.

“சேச்சே, வைப்பா...” என்றார், அன்பான அழுத்தமான தொனியில். மேலும் வற்புறுத்தினால் ஒன்று அடித்துவிடுவார் அல்லது அழுது விடுவார். இதுகாறும் வாழ்வு பரிசளித்த எல்லா குத்தீட்டிகளையும் நாளது நிமிடம் வரை பரிச்சயமில்லாத நபர் பிடுங்கிக் களைந்து கலியப்பிட்டுவிட்டார். வாழலாம். இன்னும் நூறு வருஷம். எதும் எதிர்பார்க்காது யாரையாவது நேசித்துக்கொண்டு. புகைவிட்டுக் கொண்டே பஸ்ஸை நெருங்குகிறேன். இரவு தந்த சௌகர்யத்தில் ஆண்பாலர் அருகாமையிலேயே ஒண்ணுக்குப் போகிறார்கள். தவளைகள் ஓய்வதாய்க் காணோம்.

ச்சே! இந்த இரவில் இங்கு அவஸ்தைப்படணுமென என்ன வந்தது. நிஜத்தில் இன்னும் ரெண்டுநாள் கழித்து சொந்த ஊரான கன்னிவாடி செல்ல இருந்தவன்தான் நான். இடையில் போனவாரம் மனோகரனிடமிருந்து கடிதம். மனோ, தும்பிவாடியில் வளர்மதிக்குப் பக்கத்து வீட்டுக்காரன். தும்பிவாடியில் அவளுக்குத்தான் என்னைத் தெரியவில்லையே தவிர, பலபேரை எனக்கும் என்னைப் பலபேருக்கும் அறிமுகமிருந்தது. இது ஒரு சுவாரஸ்ய முரண்பாடு. மனோகரனின் அழைப்பிற்கிணங்கியும் ஒரு மனோஹர தாகத்தின் வசப்பட்டும் நான் தும்பிவாடி போகிறேன். தும்பிவாடியில் இருந்து கன்னிவாடி போய்விடத் தீர்மானித்து, பயணத்தை இரண்டு நாள் முன்னுக்குத்

தள்ளிவைத்தேன். விசேஷத்துக்கு வரச்சொல்லி எழுதிய கடிதத்தை மதித்து நான் தும்பிவாடி சென்றால் மனோ புளகாங்கிதமடைவான். அவன் கண்டானா ஆதி மர்மத்தை.

சொந்த ஊர் விசேஷத்துக்கு வந்துதானே ஆக வேண்டும் அவள், பார்க்கணும். கல்யாணத்துக்குப் பின் எப்படி இருக்கிறாள். அவளது அவர். எப்படி இருக்கிறார். நேரில் பார்க்கையில் அறிமுக பாவம் ஏதும் காட்டுவாளா? இத்தனையும் பார்க்கவும், பரீட்சிக்கவும் மனது துணிந்துவிட்டது. இந்த அலைகள் எத்தனாவது வயதில் ஓயுமென்று தெரியவில்லை. நினைவு என்பது வரம் அல்லது சாபம். பஸ்ஸின் இடப்புறத்தில் நின்றவாறு வெட்டவெளியைப் பார்த்துக்கொண்டிருக்கிறேன். பின்னால் ஒரு வேனிலிருந்து மெலிதாய் மிகவினிதாய் ‘ஆயிரம் மலர்களே...’ பாட்டு கேட்கிறது. ஜென்ஸி. இப்படியே உருகிக் காற்றில் கரையமாட்டோமா என்றிருக்கிறது. ஜென்ஸி பாட்டுக்கேட்டு காலம் ரொம்ப ஆச்சு. ஜென்ஸி இப்போ பாடுவதில்லை. பிரிவுதான் வாழ்வின் விதியும் நியதியும் போலிருக்கிறது. இதோ, பாட்டுச் சத்தத்தை அழுத்திக்கொண்டு “க்...கூய்” என்று நீண்ட கூவல் ஒலிக்கிறது.

சில பர்லாங் தூரத்தில் தண்டவாளத்தில் ரயில் போகிறது. அதன் பெட்டிகள் தெளிவாய் கண்ணகப்படவில்லை. யானைகளின் அனந்தத் தொடரணியில் ஒன்றின் வாலை ஒன்று துதிக்கையால் பிணைத்துக்கொண்டு ராட்சத மத வேகத்தில் கூவல் பிளிறலோடு போகிறதாய் கற்பனை செய்யமுடிகிறது. ரயிலின் ஜன்னல்கள் ஒளிச்சதுரங்களாய்... ஒழுங்கான இடைவெளிகளில் அந்தரத்தில் நிறுத்திவைத்த ஒளிச்சதுரங்களாய் நெட்டோட்டம் ஓடுகின்றன. இதயம் கண்கள்வழி புகுந்து வெளியேறி, அந்த ஒளிச்சதுரங்களிலொன்றில் ஐக்கியமாகிவிடப் படபடக்கிறது. இந்த ஒளிச்சதுரம்போல்தானே வளர்மதியும் வாழ்வில் வந்துபோனாள். தொடமுடியாத தூரத்திலும் ரூபத்திலும். இப்போது இந்த ரயிலுக்குள் நானிருந்தால் எவ்வளவு நன்றா யிருந்திருக்கும். எங்கேனும் போய்க்கொண்டிருக்கலாம். அப்படியான ஒரு பயணம் நிர்ணயிக்கப்பட்டிருப்பின், பின் நிவர்த்தியொன்றில்லை. ஆமாம், இந்த ரயில் எங்கே போகிறது? ரயில் எங்கே போகப்போகிறது என்கிற கவலை எனக்கு அவசியமில்லைதான். உண்மையில், நான் எங்கே போகிறேன் என்பதே எனக்குத் தெரியவில்லை.

பெருந்திணையும் ஓர் அணையும்

நானும் பாலுவும் அணைக்கட்டின் முன் நிற்கிறோம். இந்த அணைக்கு நான் வருவது இரண்டாம் தடவை. இரண்டாம்முறையாக வருவதாலேயே, முதல்முறை வந்து சென்றதுபற்றி நினைவுகூர்தல் தவிர்க்க இயலாததாகிவிடுகிறது. ஞாபகத்தின் மதகுகள் திறந்து கொள்கின்றன. அன்றைக்கு அவள்கூட இருந்தாள். குணசீலி. அப்போது நான் எனது பதினாறாவது வயதிலிருந்தேன். இன்றைக்குப் பத்தாண்டுகள் கடந்துவிட்டன. அவளோ, என்னைப்போலவே ஒல்லியாகவும் மாநிறமாகவும் இருந்தாள். இன்றைய எனது வயதில், அன்றைய அவள் இருந்தாள். உயரமாகக் காணப்பட்டபோதும் என்னுடைய வளர்த்திதான் இருந்தாள். எனது பெரியப்பா மகனான சுப்பிரமணி அண்ணனுடன் வேலை பார்த்தாள். அவர்கள் அலுவலகத்தில் ஏற்பாடு செய்திருந்த சுற்றுலாதான் அந்தப் பயணம். அண்ணன் செல்வாக்கில், நான் உபரியாக உடன்வந்தேன்.

மதுரையில், திருமலை நாயக்கர் மஹாலைப் பார்த்துவிட்டு வெளிவந்தபோது, நெரிசலில் என்மீது மோதினாள். பின், மன்னிப்புக்கோரும் பாவனையில் சிரித்தாள். அப்போதே வானம் கருக்கிவிட்டிருந்தது. பஸ்ஸில் அமர்கையில், அவளது இருக்கைக்கு முன்புறமாக எனது இருப்பு நேர்ந்தது, ஜன்னலோரங்களில். வண்டி வைகை அணை நோக்கி வருகையில், திடீரென முன்சாய்ந்து என் காதோடு பேசினாள். “என்ன படிச்சுக்கிட்டிருக்கே?” அவளது தலையில் கட்டுக்குள் அடங்காத சிறுகூந்தற் கற்றையொன்று என் நெற்றிப்பொட்டில் உரசியது.

"லெவன்த்..." விவரிக்கமுடியாத குறுகுறுப்போடு திரும்பிச் சிரித்தேன். அவளும் வசீகரமாகப் புன்னகைத்தாள். அந்தச் சிரிப்பில், அவள் யுகாந்திரங்களாக சொந்தமெனத் தோன்றினாள். அதற்கு முந்தைய சில மணி நேரங்களில் அவள் கண்களை மட்டுமே சந்தித் திருந்தேன், கூட்டத்தோடு கூட்டமாக. அணைக்குச் செல்கிறவரை பேச்சான பேச்சு. பஸ் அணையை அடைந்துபோது, பிராந்தியத்தின் பூரா விளக்குகளும் எரிந்துகொண்டிருந்தன. இரவு. நேரத்தை எட்டு என்றும் கூறலாம்; பதினொன்று என்றும் கூறலாம். 'நுழைவாயில் போர்டுக்கு அருகிலேயே 'மனிதத்தலை வடிவக் கூண்டின்' வாய்ப்பகுதியில் காசு கொடுத்து டிக்கெட் பெற்றுக்கொள்ளும் ஏற்பாடு வைகை அணையில். கும்பலில் யாரோ ஒருத்தர் "நுழை! வாயில்!" என இரட்டுற மொழிந்து கட்டளையிட்டார்.

ஒரு சின்ன சொல்ஜாலம், இன்றளவும் மறக்க இயலாதபடிக்குத் தங்கிவிட்டது மனசில். சூழ்நிலையின் மகத்துவம்போலும் அது. பாலருவிகள் என அணையின் நீர்த்தடம் விரைந்தொழுகுகிறது. சுற்றிப் பார்க்க பூங்காக்களும் சிலைகளும் சிறுகுளங்களும் இருந்தன. ஏகம் பிரகாசித்துக் கிடக்கிறது மின் வெள்ளொளி. மனசோ, வானவில் தோற்றும் ஊடகமாக, நிறம் பிரித்து மகிழ்ந்துகிடந்தது. நானும் குணசீலியும் தனித்து நடந்தோம். கும்பலில் சிலர் எங்களைக் கண்காணித்திருந்தாலும் தனிமை என்பது மனதால் உணரப்படுவது. மரங்கள், செடிக் குப்பல்கள் இவற்றைக் கடக்கையில் இடைவரும் நிழல்கவிந்த பரப்பு, அரையிருட்டு, கிளர்வூட்டுகிறதாயிருந்தது. ஒரு கட்டத்தில் குணசீலி. "குணான்னே கூப்பிடு..." என்றாள்.

நான், வயது கருதி, "என்னங்க குணா..." என விளித்தவாறிருந்தேன். பிரகாஷ், செல்வன், தண்டபாணி சார் எல்லாரும் எங்களருகில் வருவதும், பின் கடுப்புடன் விலகிச்செல்வதுமாக இருந்தார்கள். பரிதாபத்துக்குரிய 'சார்'கள் அநேகமாக அலுவலகத்தில் அந்தத் தினத்தின்மீதான விநோத வன்மத்தைப் பின்னாளில் குணாவின்மீது செலுத்தி இருக்கக்கூடும். தமிழ்ச்செல்வி அக்காவுடன் பேசிக்கொண்டே, எங்களை ஓரக்கண்ணால் பார்த்து கனிதா அக்கா புன்னகைத்தவாறிருந்தாள். அது ஒரு ஊக்குவிப்பு மாதிரியிருந்தது.

கனிதா அக்காவும் குணாவும் சமவயது. குணாவை 'அக்கா' எனக் கூப்பிட முடியவில்லை. குணா, ஒருவேளை தனது பள்ளி நாட்களில் என்போலத் தோற்றமுடைய எவனையேனும் காதலித்திருக்கக்கூடும். அணையிலிருந்து திரும்புகையில் கனிதா அக்கா, நானும் குணாவும் அருகருகே அமரும்விதம் ஸீட் ஏற்பாடு செய்துவிட்டது. கண்களில் குறும்பு படர்ந்திருந்தது அக்காவுக்கு. மூலனூர் வந்து எல்லோரும் பஸ் இறங்கினோம்.

குணாவின் ஆபீஸுக்கு அண்ணனைச் சாக்கிட்டு அடிக்கடி செல்ல முடிவெடுத்தேன். அவ்வளவுநேரப் பேச்சிலும் அவளது வீடு எங்கேயிருக்கிறது என்பதை மட்டும் கேட்க மறந்திருந்தேன். வீடு கண்டுபிடிப்பது ஒன்றும் கஷ்டமில்லை. ஏனெனில், நானும் மூலனூரில்தான் படித்துக்கொண்டிருந்தேன். திட்டமிட்டபடி குணாவைச் சந்திக்க, அவளது அலுவலகத்துக்குச் செல்ல முடியவில்லை. அண்ணன் வீடு எனது பக்கத்து வீடு. அவனை ஆபீஸுக்குத் தேடிப்போனால் வகிர்ந்துவிடுவான். ஆனால், திட்டமிடாமலே நடந்துவிடுவனவற்றுக்கு யார் என்ன செய்வது?

நண்பர்களுடன் ஒருநாள் ரகுராமன் பேக்கரியில் பிஸ்கட் சாப்பிட்டுக் கொண்டிருக்கையில், கடையின் அண்டைச் சிறுகதவு திறந்து வெளிவந்தாள் குணா. "வா மோகா... சாப்பிடலாம். உள்ளேதான் வீடு..." என்றாள்.

"இப்போதாங்க சாப்பிட்டேன்..." என நூற்றாண்டுகாலப் பொய் சொல்லிவிட்டு, நண்பர்களுடன் நடந்தேன் ஸ்கூலுக்கு. அப்போது மற்றவர்களைவிட உயரமாக உணர்ந்தேன். அடுத்த சில நாட்களில் ரகுராமன் பேக்கரி ஓனரின் மகன் அன்பரசன் நன்றாகப் பழக்கமானான். ஒரு சாயங்கால வேளை. அவன் எனக்கெனப் பண்டம் நிறுத்துத் திரும்பிய கணம், என்னை வியப்பின் மலைச்சாரலில் தள்ளியது. அந்தக் கோணத்தில் அவன் ஆண் வேடமிட்ட குணசீலி போல் தோன்றினான்.

நிகழ்வுகளற்று ஓரிரு மாதம் கடந்திருக்கும். ஊரில் படுத்துக் கொண்டிருந்தவனுக்கு நடுஜாமம் விழிப்பு வந்தது. முன்தீர்மானங்களும் முன்முனைவும் இல்லாது இரண்டு காட்சிகள் தெளிவாகக் கண்முன் ஓடின. முதலாவதில், அன்பரசன் 'குணசீலி'யை நினைவுகூரும் தோற்றத்தில் நிற்கிறான். அடுத்ததில், பேக்கரிக்குப் பக்கத்து வீட்டிலிருந்து 'குணா' வெளிவருகிறாள். எனக்கு வியர்த்துவிட்டது. அப்படியானால்... அன்பரசன், குணாவின் சகோதரனாக இருக்க வேண்டும். இந்த யூகம் ஏன் அப்போதே வராது போய்விட்டது. ஏதோ ஒரு ரகசிய சங்கல்பம்போல் வியப்பான, சம்பந்தமற்ற இந்த இரவில் இது கசிவானேன்? என் மூளை ஏன், இப்படி அநியாயத்துக்குத் தாமதித்து, அர்த்தராத்திரிகளில் வெளிச்சம் கொள்கிறது? வியர்த்து எழுந்த அந்த இரவின் ஈரம், எங்கள் கிழக்குவாசல் வீட்டில் இன்னும் கருமையாகக் கிடக்கும் என்றே நினைக்கிறேன்.

அடுத்த நாள், மூலனூர் போனதும் சேகரைத் தேடிப்பிடித்து விசாரித்தேன். உள்ளூர்க்காரன் அவன். "ஆமாடா, அன்பரசன், குணசீலியோட தம்பிதான்..." என்றான். குற்ற உணர்ச்சியா, பயமா எனத் தெரியவில்லை. நான் பேக்கரி பக்கம் போவதைத் தவிர்த்து வந்தேன். அப்படிப் போகநேர்ந்தாலும் அன்பரசன் இல்லாத நேரமாகப்

போவதும் வருவதும். அதையும் மீறி அவனைச் சந்தித்துவிடச் சந்தர்ப்பங்கள் நேரும். என்னைக் கண்டு சிரிப்பான் யதார்த்தமாக. எனது பூடகங்களை அவன் அறியான்போலும்.

மூலனூரில் ப்ளஸ் டூ முடித்துவிட்டு கோயமுத்தூர் கல்லூரியில் சேர்ந்துவிட்டேன். மூலனூர் கடந்தே கோவை செல்லவேண்டுமென்பதால், பஸ்ஸில் போகும்போது பேக்கரி பக்கம் விழிகளை நாட்டுவேன். அப்படி இரண்டு, மூன்று முறை குணசீலியைப் பார்த்திருக்கிறேன். கல்லூரியில் மூன்றாமாண்டு படிக்கையில், ஒரு விடுமுறை தினத்தில் மூலனூர் போயிருந்தேன். அப்படியே பேக்கரிக்கும் போயிருந்தேன். அங்கே அன்பரசன். அவனது கறுப்புச் சட்டையில் மஞ்சள் எம்பிராய்டரியில் எனக்கான அதிர்ச்சி ஒளிர்ந்தவண்ணமிருந்தது.

'குணாவுக்கு ஆழ்ந்த இரங்கல்' என்று, அவனது சட்டையில் ஆங்கிலத்தில் இருந்தது. நாடிகள் ஸ்தம்பித்துப்போய், "என்னங்க அன்பு இது?" என்றேன்.

"அக்கா போன மாசம் இறந்துட்டாங்க..." அதிகநேரம் அங்கு நிற்கத் தாளாமல் கடைவீதியில் இறங்கி நடந்தேன். அந்த மாலையில் உன்மத்தம் கொண்டவன்போல அலைந்தேன் மூலனூரில் நெடுநேரம். அவளைப் பார்த்த, மிஞ்சிப்போனால் நான்கைந்து பழக்கங்களில் எப்படியும் மாலை நேரம் சம்பந்தப்பட்டிருக்கிறது. அவளது மரணம்கூட மாலை நேரத்துடன் சம்பந்தப்பட்டதாக இருக்கும் எனக் கருதினேன்.

வெள்ளகோயிலுக்குப் பாதை பிரியும் முக்குரோட்டில் காணும் வட்டவடிவப் பீடத்தில் சிகரெட்டுகள் புகைத்து நீண்டநேரம் அமர்ந்திருந்தேன். குணாவின் முகச் சித்திரத்தை திரும்பத்திரும்ப மனதில் வரித்தவண்ணமிருந்தேன். நேசக்காரிகளின் பட்டியலில் ஒருத்தி மறைந்தாள். இரவு எட்டு மணிவாக்கில் சேகரைத் தேடிப் போனேன். எதிர்பாராத வரவால் திகைத்து மகிழ்ந்து, "வாடா... மோகா..." என வரவேற்றான்.

"சேகர், இந்த குணா இருந்துச்சுல்லடா... பேக்கரி..."

"ஓ! அதுவா...? அவங்களுக்கும் ஒரு பாய்க்கும் தொடர்பு இருந்துச்சு. பார்ட்டி ஆல்ரெடி கல்யாணமானவன். அவன் பீவி ஒரு நா இவங்க வீட்டுக்கு வந்து ஏக ரகளை வெச்சிருச்சு. அன்னிக்கு நைட்டு குணசீலி விஷம் குடிச்சிட்டுது. அடுத்த நாள் சாயங்காலவரையிலும் உயிரோட இருந்தது..." எனது அதிர்ச்சியை வெளிக்காட்டாது சேகரிடம் விடைபெற்றேன். வாழ்ந்தாலும் எப்போதும் உடன்வர வாய்ப்பில்லாத அவளுக்காக நெடுநேரம் துக்கித்தேன். அவளுடன் தொடர்பாயிருந்த மனிதனைப் பார்க்கவேண்டும் என அந்தக் கணம் தோன்றியது. 'என்ன குணசீலி இது? நாட்டில் ஒரு கல்யாணமாகாதவன் கிடைக்கவில்லையா உனக்கு?'

இரவு ஒன்பதரைக்கு மீனாட்சி பஸ் ஏறி ஊருக்கு வந்தேன். சாப்பிடாமலே படுத்தேன். அம்மா, என் துயரங்கள் புரிந்தவள். சாப்பிட வற்புறுத்தவில்லை. அதே கிழக்குவாசல் வீட்டின் தெற்கோரம் எனது படுக்கை. உறக்கமில்லா வெறுங்கிடப்பு. குணாவுடனான நிகழ்ச்சிகள் ஞாபகங்களாக மொட்டவிழ்கின்றன. குறிப்பாக, வைகை அணையில் மரங்களுக்கு மென்னிழல் ஊட்டிய எலெக்ட்ரிக் தீபங்கள். அன்று எங்கள் பாதம்பட்ட புற்களின் குத்தீட்டிகளில் என் இருதயம் கழன்று உருளுகிறது. சுனிதா அக்காவைப் பார்க்க நேர்ந்தால், குணா குறித்து மேல்விவரங்கள் கேட்கணும். இரவின் பாதி மட்டும் உடன் பயணித்தவளுக்காக ஒரு முழு இரவுத் தூக்கத்தையும் இழந்தேன். ஞாபகங்களின் கடைசி இரவு அது என்ற உத்தரவாதமுமில்லை அதற்கு. வீட்டின் முன்னர் ஒரு நாட்டியக்காரனைப்போல வளைந்து நிற்கிற வேப்பமரத்தில் காக்கைகள் கூவி விடியுமளவும் உறங்கவில்லை அன்றைக்கு. முப்பது வயசுக்குள் முடிந்துபோன அவள், அன்றைக்கு 'வைகை வரும் வழியில் பஸ்ஸில் முன்சாய்ந்து ஏன் பேசிச் சிலிர்ப்பூட்டினாள்?' இடையறாது ஓடும் கேள்வி நதி தொடர்ந்து போகும். கடலில் கலந்தாலும் கேள்வி மறையாது. உப்பின் சுவையோடு கேள்வி மேலும் உறைப்பாகும். நதிக்கும் கடலுக்கும் இடையே இந்த அணைகளின் பயன்பாடு விசித்திரம். கேள்விகள் இங்கு தங்கித் தேங்கி, பின் சுழித்தோடும்போல.

திட்டமிட்ட தற்செயல் போல இதுவும் ஒரு மாலை நேரமா யிருக்கிறது. நண்பன் பாலு இரண்டு அனுமதிச்சீட்டுகளை வாங்குகிறான். இதோ, இந்த நுழைவாயிலில் புகுந்து டிக்கெட் பெறுகிற ஒவ்வொரு கைக்கும், ரேகைக்கும் ஒரு கதை இருக்கிறது. எல்லோர் பாதங்களும் உலவித்திரியும் அணை முன்னர் பூங்காவில் நானும் பாலுவும் உள் நுழைகிறோம், எங்களுக்கான சோகங்களைத் தாங்கியபடி.

பாலு என்னைப் பார்த்துப் புன்னகைக்கிறான். நான் கலங்கிய கண்களோடு, "காலத்தால் நீர்த்துவிடாத கதை ஒன்றைச் சொல்கிறேன், உனக்கு இப்போது..." என்றேன்.

பாலு அமைதியாக இருக்கிறான். கதை கேட்கும் ஆவலில் குணாவும்கூட காற்றின் மூலக்கூறுகளில் சஞ்சரித்து உடன் வருகிறாளோ என்னவோ... யார்குறித்த கவலைகளும் இன்றி வற்றுவதும் வழிவதுமாக நிற்கிறது அணை.

சொல். பொருள் பின் வரும்

அம்மாவுக்கு, சென்னியப்பன் சார் வீட்டில் வைத்துத்தான் கல்யாணம் - தாராபுரத்தில். திருமணப் புகைப்பட ஆல்பத்தை அம்மாவும் நானும் பார்க்கிறபோது கல்யாணம் நடந்த கதையையும், வேறுசில சம்பவங்களையும் சொல்வாள். உள்ளதைவிட இளைத்தும் இளமையுமாகவும் புகைப்படத்தில் காணுவாள். நிறையப் படங்களைப் பார்க்க நேர்கையில், அந்தக் கல்யாண வீட்டின் ஏதோ ஒரு மூலையில் அம்மாவின் மணக்காட்சியைப் பார்த்தவண்ணம் நான் 'சிறுமி'யாக நிற்பதுபோன்ற உணர்வு மேலிடும்.

பெரும்பான்மையோரதுபோல் அவளது திருமணமும் ஒரு மண்டபத்தில் நடந்திருக்கவேண்டியது. பேசி முடித்த கடைசி நேரத்தில், அம்மாவழிப் பாட்டியும் தாத்தாவும் யார்யாரோவும் சொன்ன பேச்சு கேட்டு 'பொண்ணைக் கொடுக்க முடியாது' என்று மறுத்துவிட.... அப்பா, தாராபுரத்திலிருந்து கார் எடுத்துக்கொண்டு போய் அவளது பெற்றோர் அறியாமல், அம்மாவை அதிரடியாகக் கொண்டுவந்து திருமணம் செய்துகொண்டார்.

அம்மாவின் முதலாவது கார் பயணம் அதுவாகத்தான் இருந்திருக்க வேண்டும். நாளது தேதிவரை அவள் நான்கைந்து முறை காரில் போயிருக்கலாம். கார் எதற்கு? இருக்கவே இருக்கிறது, நூறடி தூரத்தில் எங்கள் ஊரின் பஸ் நிறுத்தமும் அரை மணிக்கொரு பஸ்ஸும். முக்கியமாக, பஸ்ஸில் கதவு திறக்கிற வேலையில்லை. டிக்கெட் வாங்குகிற எளிய பண்பும், இடிபடும் சகிப்பும் போதுமானவை. குறிப்பாக, கார்

வாங்குவது காசுள்ளவர்களின் காரியம். காசு என்பது சொத்துள்ளவர்கள் பெறுவது. எங்களுக்குக் கார் வாங்க முடியாத அளவுக்குச் சொத்து இருக்கிறது. அம்மாவகையில் ஒரு சொத்து வருவதற்கான வாய்ப்பு இருந்தது - தாத்தாவின் நிலங்கள். ஆனால், தாத்தா தன்னைமீறி மகள் திருமணம் செய்து கொண்டாள் என்பதற்காகத் தனது தம்பி மகனான வடிவேலுக்கு நிலத்தை அடிமாட்டு விலைக்கோ, தோல் விலைக்கோ விற்றுவிட்டார். அதன்பின் தாத்தா வீட்டோடு பேச்சற்றுப் போய்விட்டது. அதேபோல் வடிவேல் மாமா வீட்டோடும் உறவில்லை. ஆனாலும் அந்த ஊர் எங்களை விடுவதாயில்லை. மூதாதைக் காலம்தொட்டு அவ்வூரோடு கொள்வினை , கொடுப்பினை தொடர்புகள் உள்ளபடியால் வருடம் இருமுறையேனும் அங்கு போவது வழக்கம்.

குறிப்பாக, சிவராத்திரி விசேஷங்களில் தவறாமல் கிட்டுசாமி மாமா வீட்டுக்குப் போவோம். அந்த மாமா வீட்டுக்கும் பாட்டி வீட்டுக்கும் இடையே ஒரு சுவர்தான். அந்தச் சுவரில் ஜன்னல் ஒன்று இருந்தது.

ஜன்னலை ஊடறுத்துப் பாய்ந்துகொள்ளும் நான்கு விழிகள் எனக்கு சுவாரஸ்யம். ஏதேனும் சாக்கிட்டு ஜன்னலோரமே உலவுவாள் அம்மா. ஜன்னலுக்கு அப்பால் தாய்ப்பூனை.

நாங்கள் வருகிறவரை 'அதுக வந்தாச்சா?' என, மீண்டும் மீண்டும் பாட்டி கேட்டவாறிருந்ததாக கிட்டுசாமி மாமா வீட்டு அத்தை சொல்லும். நாங்கள் ஊரில் பஸ் இறங்குகிற நேரம் எங்கள் வருகையை உணர்ந்துவிடும்படியாக ஊரின் காற்றெங்கும் அன்பின் கட்புலனை பரப்பி வியாபித்திருப்பாள். காலத்தாற் குன்றாது கருவறை அடைகாத்த வெப்பம்.

ஜன்னலில் நான்கைந்து முறையேனும் பாட்டியைப் பார்த்த பின்னரே, அம்மா இதர வீடுகளுக்குப் பயணம் மேற்கொள்ளுவாள்.

ஜன்னல் கதவு ஆவதும் பின் கதவு திறப்பதும் அந்தக் கதவு வழியே கன்று ஈன்ற பசு ஒன்று பழைய நினைவில் கிழத்தாயின் பால்மடி தேடி ஓடுவதும்... ஐயோ எத்தனை காலமாயிற்று அதற்கு? நான் பூப்பெய்துவதற்கு முந்திய வருடம்தான் அம்மாவும் நானும் பாட்டி வீட்டுக்குப் போனது. அதற்கு ஐந்தாறு ஆண்டுகள் முன்னமே தாத்தா செத்துப்போயிருந்தார். குழந்தையாயிருந்த காலம் கோதி விளையாடிய நெஞ்சை குத்தி அழக் கொடுப்பினையின்றி ஊரில் மறுகியிருந்தாள் அம்மா.

அம்மா, பாட்டி வீட்டுக்குப்போன அன்றும் அம்மாவும் மகளும் அழுதுகொண்டார்கள். சிரித்துக்கொண்டார்கள். 'எப்படி முடிந்தது?' எனக் கேட்டுக்கொண்டார்கள். எப்படித்தான் முடிகிறது எல்லாமும்? வீம்பு, வாழவைக்கும் காரணிகளில் ஒன்றாக இருப்பதாலேயே

இப்படி யெல்லாம் முடிகிறது. வீம்பாகப் பகைகொண்டு, பகை போனபின்னும் வீம்புக்காகப் பகை காத்து... பிரியம் சுரந்தும் முகம் திரும்பிப்போகிற வரை கேலிபேசிக் காற்று வீசும். வீசும் காற்றொரு நாள் மூக்கு நுனியோடு நின்றும் போகும்.

வடிவேலு மாமாவோடும் அப்படியாகிவிடுமோ!

ஊருக்கு வந்தபின் நான்தான் அப்பாவிடம் சொன்னேன்: "அப்பா, இந்தத் தடவை பாட்டி வீட்டுக்குப் போனோம்" அம்மா தலை குனிந்திருந்தாள். எனக்கு, திருவிளையாடல் தாட்சாயணி நினைவில் வந்தாள். அப்பா "அத்தை நல்லாருக்காங்களா?" என அம்மாவிடம் கேட்டுவிட்டு, பதிலை எதிர்பாராது வெளியே போய்விட்டார்.

பாட்டி வீட்டுக்கு ஒருபுறத்தில் கிட்டுசாமி மாமா வீடு எப்படியோ, அப்படியே மறுபுறத்தில் வடிவேலு மாமா வீடு. இடையே ஜன்னல் ஏதும் கிடையாது. வடிவேல் மாமா வீட்டு அத்தை எங்களைப் பார்க்கும்போது, 'நங்கை, எப்போ வந்தீங்க?'' என அம்மாவை வினவிய மறுகணம் எனக்குப் புன்னகைக்கும்.

"இப்போதான். பன்னண்டரை பஸ்ஸுக்கு" என்பாள் அம்மா. இதற்குமேல் அதிகம் உரையாடல் இல்லை.

அந்தச் சிவராத்திரி நாளின் காலையில் கோலம் போட்டுக் கொண்டிருந்தேன். நீண்டு படுத்துப் புறத்தாகக் கைநீட்டினால் வழியடைக்கும் அகலமேயுள்ள தெரு. கோலம் பெரிதாக வந்துவிட்டது. அகன்ற தேரின் கோலம். அப்போதுதான் வடிவேலு மாமா வந்தார். நான் தேரின் சக்கரத்தில் இருந்தேன். ஒரு விநாடி தயங்கித் தாமதித்தவர், சட்டென காலூன்றிக் கோலத்தைத் தாண்டினார். அவர் வெற்றிபெறவில்லை. கால்பட்டு கொஞ்சூண்டு கோலம் பிசிறிவிட்டது. வெட்கித்த புன்னகையுடன் 'ச்சுக்' என மெல்லிய சத்தம் கொடுத்துப் போய்விட்டார். அவர் கடந்தபின் கோலத்தைச் சரிசெய்தேன்.

ஒருமுறை, பஸ் இறங்கி பாட்டி வீட்டுக்கு வருகிறவழியில், வடிவேலு மாமாவும் அத்தையும் எதிர் கடக்கிறார்கள். ஒரு முப்பதடி போல் போனபின் மாமா, "இவ என்ன படிக்கறா?'' எனக் கேட்பதும் "காலேஜ்ல சேர்ந்துட்டா..." என அத்தை பதிலிறுப்பதுவும் முதுகில் கேட்கிறது மெலிதாக. ஓரமழித்துக் கோலம் கடந்தபின் 'ச்சுக்' என்பதே போல மெலிதான ஒலி.

மாமா கோலத்தைத் தாண்டிய சொற்ப கணத்தில் எனக்கு, இவர் விழுந்து வைக்கக்கூடாதே என்றிருந்தது. இவர் உடம்பு சரியில்லாத ஒருசமயம் ஆஸ்பத்திரியில் இருந்தபோது, இந்த ஊர்க்காரர்கள் யாரைப் பார்த்தாலும் அம்மா, "வடிவேலுவுக்கு எப்படியிருக்கு?'' எனக் கேட்டவாறே இருந்தாள். நான் பொறுக்கமாட்டாது அவளிடம்

“அம்மா, தாராபுரத்துக்கு பஸ்ஸுல இரண்டு ஐம்பது. போய்ப் பார்த்துட்டு வந்துரு” என்றேன். அம்மா ஏதும் பேசவில்லை. சில யோசனை வரிகள் முகத்தில் ஓடியபின் சந்தோஷம்கொண்ட பழைய ஞாபகத்தில் முறுவலுடன் பகிர்ந்துகொண்டாள்.

“குறும்புக்கார நாயி. சின்னப் பையன்ல அடிச்சடிச்சு வச்சிடுவான்.”

அம்மா, பறிபோன நிலத்தை மறந்திருப்பாள் எனத் தோன்றியது.

அன்றைக்குத் தேர்க்கோலம் போட்டதற்குப்பின் மூன்றாண்டுகள், படிப்பு காரணமாக சிவராத்திரி விழாவுக்குப் போக இயலாமற் போய்விட்டது. இன்றைக்கு வாய்த்திருக்கிறது-அம்மாவுடன் பாட்டியின் ஊருக்கு.

தாராபுரம் போய் இறங்கியபோது வி-4 பஸ் போய்விட்டிருந்தது. இனி, இரண்டு மணிநேரம் காத்திருக்க வேண்டுமே என கவலைப்பட்டுக் கொண்டிருக்கையில் மனோகரன் வந்தார். எங்களைப் பார்த்து பேசிக்கொண்டிருந்தவர், “ஒரு பத்து நிமிஷம் இருங்க. உங்க ஊருக்கு ஒரு கார் போகுது. அதுல அனுப்பறேன்” என்றார் அம்மாவிடம். கார் வந்துவிட்டது.

வெள்ளைநிறக் காரைக் கைகாட்டி நிறுத்தி… பின்கதவைத் திறந்துவிட்டு, “போங்க” என்றார். முதலில் அம்மா, பிறகு நான். டிரைவர் ஸீட்டில்… வடிவேலு மாமா. எனக்கு ஏறும்போதே தெரிந்துவிட்டது. கார் கதவை அறைந்து சாத்திவிட்டு, “இவங்களை உங்க ஊர்ல விட்டுடுங்க” என மனோகரன் சொன்னபோதுதான் அம்மா, வடிவேலு மாமாவைக் கவனித்திருக்க வேண்டும்.

“சரி” என்று ஆமோதித்து காரைக் கிளப்புகிறார் மாமா. பதினைந்து நிமிடதூரம். அவரது இடதுபுறத்தில் தொங்குகிற நெய்ப் பளபளப்புள்ள கண்ணாடியில் அம்மாவைப் பார்க்கிறார். கண்ணாடிவழியே பிம்பக் கண்கள் சந்திக்கிற பாது முகம் திருப்பிக் கொள்கிறார்கள். வர்ணனைக்கு வராத வர்ணங்கள் உணர்வு ரேகைகளென முகத்தில் படிகின்றன. எனக்கோ, அந்தக் கண்ணாடி ஒரு திரையென மாறி விட்டது, திரையில்…

தங்களுக்கென நியமித்த உலகில் அக்காவும் தம்பியுமான இரு குழந்தைகள் பச்சைக்குதிரை தாண்டுகிறார்கள், உப்பு மூட்டை சுமக்கிறார்கள், சில்லு விளையாட்டில் தோற்றுப்போன தம்பி, அக்காவின் முடியைப் பற்றுகிறான். அவள், பதிலுக்கு அவனது முதுகில் குத்துகிறாள். சண்டைக் கோலத்தில் கடைவாய் வழிகிறது…

ஊர் வந்துவிட்டது.

மாமா காரிலிருந்து இறங்கிவிட்டார். அம்மாவுக்கு கார்க் கதவைத் திறக்கத் தெரியாதென்பது எனக்குத் தெரியும். நான் திறந்துவிட முடியும். செய்யவில்லை. கைகளைக் கட்டிக்கொண்டேன். மாமா எதையோ எதிர்பார்த்தாற்போல், அம்மாவின் ஜன்னலருகே நிற்கிறார். பேசுவாள் அம்மா. ஆண்டுகள் இருபத்துமூன்றின் பின் தம்பியிடம் அம்மா பேசும் முதலாவது வாக்கியம் என்ன? பேசு என் செல்ல அம்மாவே...

அரை விநாடியே என்னைப் பார்த்த அம்மாவின் கண்கள் பனித்திருந்தன. வடிவேலு மாமாவைப் பார்த்து அம்மா சொன்னாள்- தேவர்களுக்கும் தாவரங்களுக்கும் எட்டும்படியான திடமான குரலில்...

“கதவைத் திறந்துவிடு!”

வான்சிறப்பு

அரவிந்தனுக்கு சுகந்தி எழுதிய கடிதம் கீழ்க்கண்ட செய்திகளைப் பிரதானமாக உள்ளடக்கியிருந்தது.

'அன்புள்ள அண்ணா... எனக்கு மார்ச் 7ல் பிரசவ டைட்டம் என, டாக்டர். மலர்ச்செல்வி சொல்லி யிருக்கிறார்கள். ஒருநாள் முன்னமே ஆஸ்பத்திரியில் சேர்ந்துவிடலாம் என அப்பா கூறிவிட்டார். நீ கோயம்புத்தூரிலிருந்து நேராக ஆஸ்பத்திரிக்கு வந்துவிடு. சபீதா மருத்துவமனைதான் - உனக்கே தெரியும். அப்புறம் நினைத்துப் பார்க்கிறேன். இதுவரையிலான வாழ்வில் அம்மாவுக்கு நல்ல பிள்ளையாகத்தான் நடந்திருக்கிறேன். இன்னும் நன்றாய் நடந்திருக்க வேண்டுமென இப்போது தோன்றுகிறது. நல்ல தரத்தில் பால்புட்டி ஒன்று வாங்கி வா. கண்ணாடிக் கலரில் நிப்பிள் வைத்ததாக அது இருக்கட்டும். நீ குழந்தையாய் இருக்கும்போது விரும்பியிருந்த பொம்மைகள் ஏதும் உனக்கு நினைவிருந்தால் அவற்றையும் வாங்கி வரலாம். ஆண் குழந்தைகள், பெண் குழந்தைகள் எதுவானாலும் இன்னும் பொம்மைகள் பொதுவில்தான் இருக்கின்றன. நாம் எதிர்பார்த்திராத பொருட்களைக்கூட பொம்மையாய் குழந்தைகள் உணர்ந்துவிடுகின்றன. பிரசவ வலி பற்றித்தான் தோழிகள் பயமுறுத்தியபடி இருக்கிறார்கள். நீ ஆஸ்பத்திரியில் அருகில் இருந்தால் தெம்பாக இருக்கும்.

உன் தங்கை சுகந்தி.'

- இதில், உன் தங்கை சுகந்தி என்பதை இரண்டு வரிகளாய் பிரித்தெழுதாமல் ஒரே வரியாய் எழுதியிருந்தாள். எப்போதும் அப்படித்தான்.

கடிதத்தைப் படித்து முடித்ததும் அரவிந்தனுக்கு அம்மாவின் நினைவே வந்தது. அம்மா இன்னும் ஒருமுறை அம்மா ஆகப்போகிறாள். பேரன் பேத்திகளை எடுக்கிறபோது அம்மாக்கள் தங்கள் 'சிசு'நுஷைகள் மூலமாக மறுமுறை அம்மா ஆகிறார்கள். பால் புகட்டியும், கழிப்பித்தும், களிப்பித்தும், குளிப்பித்தும். பாத்திரம் தேய்க்கிற அதே கையால் குழந்தைகளையும் குளிப்பிக்கிறார்கள். அழுத்தம் மட்டும் வேறு அளவில் இருக்கும். அழுத்தங்கள் மாறுதலாயிருக்க, துலங்கச் செய்வதே பெண்களின் கடன்போலும் - காரியம் எதுவாயினும்.

அரவிந்தன் மார்ச் ஏழில் கோயம்புத்தூரிலிருந்து புறப்பட்டு தாராபுரம் வந்து சேர்ந்தான். பேருந்து நிலையத்திலிருந்து ஆட்டோ பிடித்து எட்டாம் நிமிடம் ஆஸ்பத்திரியில் இருந்தான். வரவேற்பு மேஜையை நோக்கி நடந்தான். அவன் எதிர்பார்த்திருந்த அழுகிய ஆப்பிள் நெடியை அந்த மருத்துவமனை கொண்டிருக்கவில்லை. அதுகுறித்த மெலிதான திளைப்பில் அவன் இருந்தபோது எதிர்கடந்து ஒரு பெண் போனாள். 'நான் பிறப்பெடுத்தது இதோ, இந்த அழகிய குழந்தையைப் பெற்றெடுக்கத்தான்' என்பதுபோன்ற தொனியில் அவள் இருந்தாள்.

வரவேற்பு மேஜையை அடைந்த அரவிந்தன், "மேடம். இங்க சுகந்தின்னு..." அவனது வாயிலிருந்து 'ஸிஸ்டர்' ஐ எதிர்பாத்திருந்த ஸிஸ்டர் சற்றே சுதாரித்து, "ரூம் நெம்பர் நாப்பது, பர்ஸ்ட் ப்ளோர்" என்றாள்.

ஆஸ்பத்திரித் தளமெங்கும் மொஸைக் டைல்கள் போடப்பட்டிருந்தன. வெளியில் ஒரு காலணிக் காவலாளி செருப்பை வாங்கிக்கொண்டு டோக்கன் கொடுத்துவிட்டிருந்தார்.

மொஸைக் தரை ஈரம் உணர்த்தியது. வானம் மேகக்குளிர் மூட்டமாக இருக்கிறபடியால் தரை மேலதிகக் குளிர்ச்சியுடன் இருந்தது. குழந்தைகளை ஏந்திய பெண்கள் எதிரிட்டும் கடந்தும் சென்றுகொண்டிருந்தார்கள்.

டாக்டர்.மலர்ச்செல்வி குழந்தைகள் நல மருத்துவராகப் புகழ் அடைந்திருந்தார். அவர் உதவியில் பிறப்பித்த குழந்தைகளுக்கென 'ஏந்து துவாலையை' மருத்துவமனையிலேயே வழங்குகிறார் (ரூ. 150). அது உத்தேசமாக கிரிக்கெட் வீரரின் கால்காப்பு போல இருக்கிறது. குறிப்பாக, விக்கெட் கீப்பரின் கால்காப்பு. மட்டையாளரின் கால் காப்பில் வேகத்தடை வடிவங்கள் அதிகம். இது அவ்வாறில்லாமல் சப்பட்டை பாய்ந்து பருமன் குறைந்து நீட்சி அடைந்ததாய் இருக்கிறது. நீலவெள்ளை செவ்வகப் புள்ளிகளாய் விரவிய ஏந்து துவாலை பதினைந்து மீட்டருக்கு அப்பால் நீலநிறமாய் தோற்றம் அளிக்கிறது.

முதல் மாடியை அடைவதற்காக அரவிந்தன் சறுக்கு ஏறினான். சக்கர நாற்காலிகளும், சக்கரப் படுக்கைகளும் உருளுவதற்காக பிரத்யேகமான அமைப்பு அது. இப்போது நடக்கிற பாதை ஆகாயத்திலிருந்து பார்த்தால் 'V' வடிவத்தில் தோன்றக்கூடும். நாற்பதாம் எண் அறையைத் தேடி அடைந்தான். உட்புறம் தாழிடப்பட்டிருந்தது. கதவு திறக்கும் ஒலியைப்போல ஆரம்பித்து குழந்தையின் அழுகைச் சத்தம் கேட்டது.

பூ மேய்கிற பட்டாம்பூச்சியாய் ஒரு விநாடி சிறகடித்தது மனசு. நிலப்பரப்பெங்கும் கொப்புளித்து பூக்களெனவே மலர்ந்தன. கதவு திறந்து நர்ஸ் வெளிப்பட்டாள்.

"ஏங்க... சுகந்தி இருக்கறது இந்த ரூம்தானே?"

"அவங்க நாப்பத்தெட்டாம் நெம்பர் ரூமுக்கு மாறிட்டாங்க"

நர்ஸ் அடையாளம் காட்டிய திசையில் நடந்தான். குழந்தையின் அழுகைச் சத்தம் கேட்ட அந்த விநாடி அவனுக்குள் உறைந்திருந்தது. தங்கை குழந்தையின் அழுகையே அது என நம்பியிருந்த பரவசம் ஆவியாகாத பனித்துளிபோல மனதின் புல்லிதழில் தொங்கிக் கொண்டிருந்தது. நாற்பத்தெட்டாம் எண் அறைக்குள் கதவு தள்ளி நுழைந்தபோது அம்மா கீழே உட்கார்ந்திருந்தாள். கட்டிலில் அமர்ந்திருந்த சுகந்தி "வாடா..." என்றாள். கடிதத்தில்தான் அண்ணாவெல்லாம். நேரில் பெயர் சொல்லியோ 'டா' போட்டோதான் பேசுவாள்.

"அப்பா வர்லியாம்மா?" என்று அம்மாவைப் பார்த்துக் கேட்டான்.

"இப்ப வந்திருவாரு" என அம்மா சொல்லிக்கொண்டிருக்கும் போதே அப்பா பின்னால் வந்து சாப்பாட்டுக் கூடையுடன் நின்றிருந்தார். ஆஸ்பத்திரியில் சாப்பிடுவது வித்தியாசமான அனுபவமாகத்தான் இருக்கிறது. ஹார்லிக்ஸ் பாட்டிலில் ரசம், குழம்பு, போதாத டம்ளர்கள் இவைகளை வைத்துக்கொண்டு உட்கார்ந்திருக்கிற இடத்தைச் சுற்றி மாயக்கூண்டு அமைந்ததுபோல் பாவித்து பவ்வியமாக இரை எடுக்கிற தோற்றம். சாப்பிட்டு முடித்ததும் சுகந்தியிடம், "முதல்ல நாற்பதாம் நம்பர் ரூமுக்குப் போயிட்டேன்" என்றான்.

"அந்த ரூம் சௌகரியம் இல்லைன்னு இங்க மாத்திட்டோம்."

நினைத்துக்கொண்டாற்போல், "அவரெங்க போயிட்டாரு?" என்று தங்கையின் வீட்டுக்காரரை விசாரித்தான்.

"போன் பண்ணப் போயிருக்காரு."

மேகங்கள் சூலுற்றுத் தாழ்ந்திருந்த மங்கிய மாலைநேரத்தில் சுகந்திக்குப் பிரசவ வலி வந்தது. 'V' வடிவ சறுக்குகள்வழியாக ஆபரேஷன் தியேட்டருக்கு அழைத்துச் செல்லப்பட்டாள். அரவிந்தன்

காரிடாரின் ஓரத்திற்கு வந்து ஜன்னலுக்கு அருகில் நின்றான். ஜன்னலுக்கு வெளியே மாமரம் இலை அசைத்துக்கொண்டிருந்தது. அந்த மரத்தடிக்குக் கீழே கிடக்கவேண்டிய கயிற்றுக் கட்டிலொன்று மரத்தின் கிளைக் கவட்டையில் தொங்கவிடப்பட்டிருந்தது. மரத்தின் கீழ்திசைக் கிளையொன்றில் தேன்கூடு அப்பியிருந்தது- ஓரத்தை தட்டி எறிந்த தோசைக்கல்லைப் போல. சலனமற்று தேனீக்கள் இயக்கமும் சிறகடிப்பும் இல்லாமல் உண்ணிகளைப்போல ஒட்டியிருந்ததில் பளபளப்பு காணாமலாகியிருந்தது. இப்போது மழை பெய்தால் தேனீக்கள் என்னவாகும் என அவன் யோசித்துக்கொண்டிருந்தபோதே ஒரு மழைத்துளி மாவிலை ஒன்றின்மீது விழுந்தது. நட்சத்திரக் கூம்புகள் நீட்டிய வட்டம் ஒன்று அதில் எழுந்தது. தொடர்ந்து தனித்த மழைத்துளிகளைக் கவனிக்க முடியாதபடி காற்றுச்சரம் கோர்த்த மொக்குகளெனத் துளிகள் விழ ஆரம்பித்தன. சற்றே கண்மூடி அதை தியானித்ததில் ஆட்டுமந்தை ஒன்று மண்பாதையில் நடந்துபோவதாயிருந்தது. ஒலி வேகத்தில் வந்திறங்கிய மழைத்துளிகள் மரத்தில் தேங்கி பின் நிலத்தில் சொட்டின. மரத்தின் தண்டிலும் கிளையிலும் மழைத்தண்ணீரின் கருநிழல் படர்ந்து நீண்டு கொண்டிருந்தது. தேன்கூடு அப்படியே அசங்காமல் இருந்தது. தேனீக்களுக்குக் குளிருமா?... அப்போது தேன்கூட்டை ஊடுருவிக் கீழிறங்கும் ஒரு மழைத்துளி தேன் சுவையைப் பெற்றிருக்கலாம். விதை போன்றே மழையும் முக்கியம் என்பதாலா இப்போது விதையின் வடிவிலேயே மழை மண்ணில் வீழ்ந்துகொண்டிருக்கிறது? சுகந்தி எப்படியிருக்கிறாள்? அவளையும் குழந்தையையும் சீக்கிரமாய் பார்க்க வேண்டும்.

உலகின் பெருங்கூடாரமான வானத்தின் தொடாத்தூர தென்மூலையிலொரு கொடிமின்னல் வேர்படர்த்திப் பொலிந்தது. மிகத் தீனமாக குழந்தையின் அழுகையொலி கேட்டதுபோலத் தோன்றியது.

நினைவுதிர் கால மரங்கள்

மனிதர்களில் முதல் அறிமுகம் அம்மா. மரங்களில் முதல் அறிமுகம் புளியமரம். வீட்டின் கதவு திறந்ததும் காட்சிக்குக் கிடைக்கிறது மரம். தொலைவிலிருந்து பார்க்கையில் பருத்த தண்டுப்பகுதியின் மேல் பச்சைப்பந்து ஒன்றை, அடி செதுக்கிக் கவிழ்த்தது போல் காணும் மரம். இரவு விரைந்து பீடிக்கும் சின்னஞ் சிறு ஊர் அது. அதனாலேயே வீட்டின் கதவுக்கு வெளியே தாழ்வாரமும், வெளித்திண்ணையும் சாத்தியமாய் இருந்தது. இரவில் கட்டிலில் அப்பாவுடன் வெளித்திண்ணையில் படுக்கை. படுத்ததும் மரம் காந்தமெனப் பார்வையை இழுக்கும். மெல்லத் தலைதூக்கிப் பார்ப்பான். மூதாதைகள் நூற்றாண்டுகளாய் விதைத்த 'பூச்சாண்டிக் கதைகளின்' பயத்தோடு மரத்தைப் பார்ப்பான். சற்றைக்கெல்லாம் மரத்தின் தண்டை வியாபித்தபடி வெள்ளையுருவம் ஒன்று தோன்றிவிடும். வசீகரமும் மென்பயங்கரமும் பணைத்த உருவம் கொண்ட அது முழுக்கவும் மரத்துடனேயே பிணைக்கப்பட்டிருக்கும்.

படுக்கைகளில் இறுகி போர்வையின் கதகதப்பினுள் சிறைப்பட்டு கண்களுக்கு மட்டும் சிறியதாய் சாளரம் தந்து தூக்கம் வரும்வரை மரத்தையே பார்த்திருப்பான். இடைச்சாமங்களில் உறக்கம் கலைந்தால் ஒண்ணுக்குப் போக அப்பாவைத் துணைக்கு எழுப்புவான். காலையில் மரம் இரவின் சுவடுகள் கிஞ்சித்துமின்றி அமைதியாய் காட்சிதரும்.

வெள்ளையுருவம் மரத்துடன் பிணைக்கப்பட்டிருந்ததுபோலவே அவனது வாழ்வும்கூட

மரங்களுடன் பிணைந்தே அமைந்தது. ஆனால் உடலாலும் மரத்தால் பிணைக்கப்பட்ட ஒருவனின் கதையை நான்காம் வகுப்பு படிக்கும்போதுதான் கேட்டான். அருணாசல மாமன்தான் அந்தக் கதையைச் சொன்னார். கந்தன்கட்டி வேலமரம். ஊருக்குக் கிழக்கே எல்லை இட்டாரியில் அந்த வேலமரம் இருக்கிறது. அம்மரத்தில் கந்தன் என்னும் பலே திருடனைப் பிடித்தவர்கள் கட்டி வைத்துக் கொலைநோக்கோடு தாக்கியிருக்கிறார்கள். என்ன அடித்தும் அவன் சாகவில்லை. கடைசியில், வதை தாளாத கந்தன் தனது தொடையில் உட்பதுக்கி வைத்திருந்த 'தாயத்தை' எடுத்துவிடுமாறு கூறியிருக்கிறான். அவன் கேட்டுக்கொண்டவிதமாக அந்தத் தாயத்தை எடுத்த மறுகணம் அவன் செத்துவிட்டான். கதையை அருணாசல மாமன் சொல்லிமுடித்ததும் அவன் அவசரமாய், "அந்தத் தாயத்து எங்கீங்க மாமா இருக்குது?" என வினவினான்.

அந்தத் தாயத்தை எங்கிருந்தாலும் எடுத்துவிடுவது என்று சிறிது நேரம் யோசித்தான். சின்ன மனசுகளுக்கு மரணத்தின் தேவை புரிவதில்லை. அருணாசலம் அவனுக்கு அந்தக் கதையை தனது வெடத்தலாங்காட்டில் வேலிக்கால் ஓரமாக அமர்ந்தவாறு சொல்லிக் கொண்டிருந்தார். மரத்துஏவாரி ஆறுமுகம் அனுப்பிவைத்த லாரி கடவுப்படல் அருகே நிற்கிறது. காடேகத்துக்கும் கறுத்தமேனி ஆட்கள் வேர்வை சிந்தச் சிதற மரங்கள் வெட்டுகிறார்கள். வேல மரங்கள். மரங்கள் விற்றொழிந்த மொட்டைக் காட்டின்மேல் சூல்மறந்த மலட்டு மேகங்கள் வெள்ளைப் பொதிகளாய் அலைந்து திரிந்தன.

"ஏமாமா மரத்தையெல்லாம் விக்கிறீங்க?"

"சுந்தரி கல்யாணத்துக்குத்தாண்டா" என்றார் அயர்ச்சியாய் மாமன்.

ஆடு கறக்கவும் பூனை நக்கவுமான வாழ்க்கையில் வாயையும், வயிற்றையும் கட்டிச் சேர்த்த சேமிப்புகளும் போதாமல் கடைசியில் வேலமரங்களைச் சாய்த்துத்தான் மகளுக்கு மாங்கல்யம் கழுத்தேற்றினார். கந்தன்கட்டி மரம் ஒன்றென்றால் 'கல்யாணம் கட்டி மரங்கள்' அனேகம்.

அப்பாவோ, ஆசிரியரோ அடித்துவிட்டால் மரங்களின் நிழலையே தஞ்சமடைந்தான். துயரங்களின்போதெல்லாம் தாய்மையுடன் நிழல் ஆதரித்தது. நிழல் அதிகம் தராவிட்டாலும் மாலையான் தோட்டத்து முக்கில் நிற்கும் ஒற்றை நெடும்பனைதான் எத்தனை கவர்ச்சி.

கோட்டார்பட்டியில் மரகத அத்தை இருக்கிறது. அத்தையைப் போலவே ஊர்த் தலைவாசல் அரசமரம் வெயிற்பகலில் அந்தியை உணர்த்தும். அத்தை மகன் ரகுநாதனும் அவனும் பிள்ளையார் முன்னால் விளையாடிக் களிப்பார்கள். எப்போதேனும் அப்பா, சேவல் கட்டுக்குக் கோயிலூர் கூட்டிப்போவார். தருவனமாய் புளியன்களும், வாதரக்காச்சிகளும் அடர்ந்த தோப்பில் சேவல்கட்டு. உட்காரத்

தெரிந்த வெளவால்களாய் மனிதர்கள் மரங்களின் கிளைகளில் அமர்ந்திருப்பதையும், சேவல்களின் சண்டையையும் மகிழ்ந்து பார்த்திருப்பான். ஏரிக்காட்டுப் பூவரசமரம். தங்கக் கிண்ணத்தின் கீழில் குங்குமம் குழைத்து உள்ளும் வெளியும் அப்பியதாக அந்தப் பூக்கள். அப்புறம் அந்த மரம் 'கர்ப்பித்துத் தருகிற' பம்பரங்கள். தச்சனின் உதவியில்லாத பச்சைப் பம்பரம். அதன் தலையில் ஈர்க்குமாறை ஒடித்துச் செருகி தரையில் சுழலவிடுகையில் அதன் ஊசிக்கூர்நுனியில் அவனது பிரபஞ்சம் ஒரு புள்ளியாய்க் குவியும். பால் சொசைட்டிக்குப் பக்கத்திலும், பரமசிவ சித்தப்பா வீட்டருகிலும் சிவப்புப் பூக்கிற மரங்கள். அவனது பேருலகில் அவை ரெண்டு மட்டுமே சிவப்பாய்ப் பூப்பூக்கும். அவற்றின் பட்டையான நீண்டகாய்களை எடுத்துக்கொண்டு கூட்டாளிகளோடு வாள் சண்டையிடுவதில் கொள்ளையின்பம் அவனுக்கு. சாலையோர ஆபத்து கருதி அம்மா அங்கு விளையாட அனுமதிக்கமாட்டாள். அப்பா எல்லா மரங்களினின்றும் பிரித்து அவனைக் கொண்டு போனார். அஞ்சாம் வகுப்பிலிருந்து ஆஸ்டலில் படிக்கட்டும் என்று தாராபுரத்தில் சேர்த்துவிட்டார்.

மொழி மட்டும் ஒன்றேதவிர, அந்த உலகமே வேறாய் இருந்தது. பிஞ்சு மனதுகளின் ஒவ்வொரு பர்லாங்கும் ஓர் ஒளி ஆண்டு தூரம். ஆஸ்டலில் இருந்து படிக்கையில் ஒருநாள் பக்கத்தில் வேறு ஏதோ பள்ளிக்கு விளையாட்டுப் பந்தயத்திற்குக் கூட்டிப்போனார்கள். மைதானத்தின் வலதுகோடியில் ஒரு சிறு ஏற்றத்தில் சிவந்த பூக்களுடன் ஒரு மரம் நின்றிருக்கக் கண்டான். சில வாசனைகள், சில இடங்களை நினைவுறுத்துவது போலவே, சில இடங்களின் அமைப்பு பரிச்சயமான தோற்ற ஒருமையுடைய இடங்களை நினைவில் கொண்டுவருகின்றன. அந்த மரத்தைப் பார்க்கையில் அவனுக்கு, ஊரில் கல்லாங்காட்டில் நின்றுகொண்டு பால் சொசைட்டியின் சிவப்புப் பூ மரத்தைப் பார்ப்பதான மயக்கம். அதோ மரம். கொஞ்சதூரம்தான். மேலும் சற்று நடந்தால் வீடு வரும். அப்பா, அம்மா, தாத்தா எல்லோரும்..... எல்லாமும்.....கால்கள் முன்னோக்கி நடுங்குகின்றன. கொஞ்ச நேரந்தான் அந்த உன்னத மயக்கம். பிறகு ஊருக்கும் இப்போதைய இடத்துக்குமான நீசத் தொலைவை உணர்ந்து கண்களில் நீர் பனித்தது.

இனி, என்றைக்கு ஊருக்குப் போய் தனது மரங்களைப் பார்ப்பான்.

ஆறாம் வகுப்பில் கடைசிப் பரீட்சை எழுதிய அன்றைக்கு அவனைக் கூட்டிப்போக அப்பா வந்திருந்தார்.

"இந்த வருஷத்துல இருந்து நம்மூர்லயே இருந்துக்கிட்டு சின்ன தாராபுரம் ஸ்கூலுக்குப் போய்ட்டு வந்துக்கிட்டிரு" என்றார். அப்பா கேளாமல் வரமளித்த கற்பக மரம். கோடையை வசந்தமாக்கும் திளைப்பில் அவன் ஊருக்கு வந்தான். பஸ்ஸில் வருகையிலேயே பால் சொசைட்டிக்கருகே தன் ஆசை மரத்தை எட்டிப் பார்த்தான்.

பூவும் இலையுமற்று அது ஒரு சடலமாய் நின்றிருந்தது. அவனில் ஒரு செயல் நரம்புகாணாதானது. சகமரம், சவமான சோகமறியாது பரமசிவ சித்தப்பா வீட்டு மரம் பூத்துநின்றது ஒற்றையாய்.

அவன் எட்டாம் வகுப்பு பாதியில் இருக்கும்போது பால் சொசைட்டியை பரமசிவ சித்தப்பா வீட்டுக்கு மாற்றினார்கள். கைகளும், பால்கேனும் கழுவுவதற்கு வாகாய் அந்த மரத்தடி. பாலின் கொழுப்பை அளக்கத் துணைசேர்ந்த அமிலங்கள் மரத்தடியில் கொட்டப்பட்டதால், பட்டுப்போனது அந்த ஒற்றைச் செம்பூ மரமும். தடுக்கும் திராணியில் அவனில்லை. உண்மையில், மரத்தின் கடைசி நாடிகள் துடித்துக்கொண்டிருந்த நாட்களில்தான் ‘மரங்களின்மீதான அமிலங்களின் வினை’ அவனுக்குப் புரியவந்தது.

மரங்கள் மதிப்பிற்குரியவை. மரங்களைச் சுற்றி வட்டமாகவோ, சதுரமாகவோ கல்லுக்கட்டு கட்டியவர்கள் போற்றுதலுக்குரியவர்கள். அம்மாயி ஆத்தாவின் ஊரான புள்ளாக்கவுண்டன்பாளையத்தில் தலைவாசல் வேம்புக்குச் சதுரக்கல்கட்டு. விளிம்புகள்பூராவும் பாவப்பட்ட சிமெண்ட் பூச்சு. இங்கே ஊரில் பகவதியம்மன் கோவிலுக்கு எதிரே வட்டக்கல்கட்டு. புள்ளார்கோவிலுக்கு எதிரே பீம்ஸ், பீம்ஸாய் பெருங்கற்களை அடுக்கியே சதுரமாய் கல்வெட்டு. ‘விஜய் கிரிகெட் பிளப்’பின் காரியக் கமிட்டி கூடுமிடமும் அதுதான். சுற்றிலும் கல் விரவிக்கிடந்தாலும் சாலையைப் பார்த்து அமர்வதே யாவருக்கும் உவப்பானது. மேற்குப் பக்க வரிசையின் மையக்கல்தான் ஆப்பிளின் தோல்போல் எவ்வளவு வழுவழுப்பு ஆகிவிட்டது, யாரோ இழைத்ததுமாதிரி.

அவன் பிளஸ் டூ மாணவனாகிவிட்டான். காரியக் கமிட்டியின் கேப்டன் சந்திரசேகரிடம் பலமுறை சான்சுக்குக் கெஞ்சிவிட்டான் அவன். ஸ்கூல் டீமில் அமர்நாத் என்று பேர் வாங்கினவன், உள்ளூர் டீமில் ஆடக்கூட முடியாமல்போவது அவலம். ஆனால், மரத்தடியில் கிரிக்கெட் சோகமெல்லாம் அதிகநேரம் தாக்குப் பிடிக்காது. மூத்தோர், இளையோர், இணைவயதோர் எல்லோருங் குழுக்கூடி வாய்ப் பந்தலிடுகையில் குளிர்ச்சிக்குக் குறைவேது? மரத்தடியிலிருந்து எல்லோரும் கலைந்து போகிறபோது அவனும்தான் போவான். போகிறவன் தூர இருந்து வாஞ்சையுடன் மரத்தைத் திரும்பிப் பார்ப்பான். இரவுடன் பிரிவின் சோகமும் பா ர மரம் கறுப்பாய் மூச்சுவிட்டு அசையும்.

நண்பர்கள் பிரிவதையே தாங்கமுடிவதில்லையே மரங்களால். பர்ஸ்ட் குரூப் படிக்கும் அவனுக்கும், தேர்ட் குரூப் படிக்கும் ராஜேஸ்வரிக்கும் எஸ்.எல்.சாரிடம்தான் ஆங்கில டியூஷன். டியூஷனுக்குப்பின் சந்தர்ப்பம் வாய்த்தால் சின்னதாராபுரம் கூட்டுப்புளிய மரநிழலில் கொஞ்சநேரம் பேசிப் போவாள். ராஜி வராது போய்விடும் நாட்கள்

சோகமானவை. அன்றைக்கு ஒற்றைப் பறவையாய் அவனது பெருமூச்சும், கூட்டுப்புளிய மரங்களின் தலை சிலுப்பல்களும் மேகங்களையே அலைக்கழிக்கவல்லவை.

கூட்டுப்புளிய மரங்களுக்குள்ள மகத்துவம் தோட்டத்து முருங்கைகளுக்கும் உண்டு. நதிகள் புறக்கணித்த அவர்களது மேகம் பார்த்த பூமியில் முருங்கை மரங்கள் ஆபுத்திரன் கைச்சுரபிகள். பிஞ்சுகள் பருப்பதைத் தினம் கண்பார்த்துக் கண்பார்த்து, வெள்ளிக்கிழமையில் வெள்ளனே எழுந்து பறித்து சந்தைக்குக் கொண்டு போகவேண்டும்.

கத்தைக்கு எவ்வளவு என்பதை வியாபாரிகள்தான் இறுதி செய்வார்கள். விற்காமல் தீராது. வெல்லங் காப்பிப் பொடியிலிருந்து, கூலிச்சனத்துக்குக் கொடுப்பது வரை எத்தனை செலவுகள். மழையைக் கண்ணில் கண்டு வருஷம் மூணாச்சு. மழை பொய்யாய், பழங்கதையாய், கனவாய் ஆயாச்சு. வலிய கிணறுகள்தவிர மற்ற கிணறுகள் ஊற்றுக்கண்கள் தூர்ந்து ஓலமடஞ் சேர்ந்துவிட்டன. பனைகளும் காயப்போகும் வறட்சி. ஆடுகள் வறள் கொறித்து வாழத் தலைப்பட்டன.

அவனது மேட்டுத் தோட்டத்துக் கிணறு 'நப்பான' கிணறுகளில் ஒன்று. 'எந்த வேடைக்கும் தாக்குப்பிடிக்குமய்யா' என, ஊரார் சொல்லும் கிணறு.

ஏதோ ஒரு ரோஷத்திலோ அல்லது பொங்கிய பழைய நாட்களின் பழக்கத்திலோ தினம் முழங்கால் தண்ணி ஊறும். தென்னைகளும், முருங்கைகளும் வாசஞ் செய்யும் வாய்க்காலில் தினம் ஒரு வாய்க்கால் வீதம் நீர் பாய்ச்சலாம். அதிலும் அந்தத் தாகபூமியில் தண்ணீர் வாய்க்காலின் இறுதிவரை செல்ல வகையும் வாய்ப்புமில்லை. மீந்திருக்கும் மரங்களுக்கு, கிணறண்டைத் தொட்டியிலிருந்து குடம் சுமப்பான் பள்ளிக்கூட விடுமுறை தோட்டம் பார்க்கச் சௌகர்யமாயிற்று. குடம் சுமந்த வேள்வியில் சில மரங்கள் பிழைத்தன. மகிழ்ந்தான். சில மரங்களின் அந்திமம் உறுதிப்பட்டபோது சோகமாய் வானம் பார்த்து ஏங்கினான். அந்தப் பஞ்சத்திலும் ஊரின் விவசாய ஆபீசருக்கு நகைச்சுவை உணர்வு பட்டுப்போகவில்லை. பல இடங்களில் 'மண்ணின் ஈரம் காக்க கோடை உழவு செய்யுங்கள்' என்று, சில்லாணி கொண்டு சின்னப் போர்டுகளை அடித்தார் சுவர்களில். அருமைக்கார அய்யன், "உக்கூ ஈரமா. இங்க ஏது ஈரம்? இன்னி இந்த ஆபீசரு காடுகாடாப் போயி மண்டாத்தான் ஈரம்" என்று ரசனையான கோபத்துடன் சொன்னார். பிறகு சிலநாட்களில் மழை பெய்தது. மழைக்குக் கருணை பிறந்திருக்க வேண்டும். மழைக்குப்பின் பூமியெங்கும் மெல்ல பசுமையின் அருள் நீட்டல்கள். மழை நாட்கள் துவங்கினாலும் வேளாண்மையைப் பூரணமாய் வாழ்வின் பற்றாய்க் கொள்வதில் அவனது அப்பா ஆர்வமிழந்தார்.

“விவசாயத்தையே நம்பிக்கிட்டிருந்தா மேலுக்கு வரமுடியாது. வேற ஏதாவது பண்ணணும்” என்ற அவரது கூற்றின் அடித்தளத்தில் ஒரு டீக்கடை வைப்பதென்று குடும்பம் கூடி முடிவெடுத்தார்கள். வெள்ளிக்கிழமைச் சந்தையன்னிக்கு வியாபாரம் நன்றாய் நடந்தாலே கூடப் போதுமானது.

சூணாங்காட்டில் கவுண்டப்பாரய்யன் குகைக்கு வலதுபுறமாய் வரிசை பாலித்த பனைமரங்கள் சில பாய்லராயும் சில கீற்றுக் கொட்டகையின் கால்களாயும், சட்டங்களாயும் உருமாறின. டீக்கடை எழுந்தது. பனைகள் நின்ற இடத்தில் அவை வாழ்ந்ததன் அடையாளமாய் திரடுகள் எஞ்சின. காணாதுபோன பனைகள் யாவும் அவன் நெஞ்சில் நீங்காது நெடியதாய் நிறைகின்றன. மாலையான் தோட்டத்து முக்கில் நிற்கும் ஒற்றைப்பனைபோல.

பள்ளிப் படிப்பு முடிகிற நேரத்தில் டீக்கடை ஸ்திரகதிக்கு வந்திருந்தது. கல்லூரிக்குப்போவது கனவாய் மட்டுமே ஆனது. எல்லோருக்கும் பூரணமாய் கல்வியும் ஞானமும் கிடைக்க பல கோடிக் கொங்கைகளுடன் பார்வதி யாரேனும் வந்தால் பரவாயில்லை. சின்ன தாராபுரத்தில் பன்னிரெண்டாம் வகுப்பு என்பதை பதினைந்தாம் வகுப்பு வரை வைத்திருந்தால் இன்னும் கொஞ்சம் படித்திருக்கலாமோ என்னமோ. சந்திரமோகன், பாஸ்கர், கலைச்செல்வன், மஞ்சு, வேணி, பாயி யாரையும் பார்க்க முடிவதில்லை. பையன்களைச் சந்தித்தாலாவது பேசலாம், பெண்களைப் பார்த்தால் பேசமுடியுமா தெரியவில்லை. ராஜியைப் பார்த்தால் மட்டும் கட்டாயம் பேச வேண்டும்.

காலையில் கோழியின் முதல் கூவல் தொடங்கியதிலிருந்து ராத்திரி ‘சண்முகா’ பஸ் போகிறவரை தேநீர்த் தம்ளர் கழுவும் கைகளின் விரலிடுக்குகளில் பாள வெடிப்புகள் ரேகையிட்டிருந்தன.

எதிர்பாராது ஒருநாள் கடிதமொன்று வந்தது. ஆதிரெட்டி பாளையத்தில் இருந்து, சந்திரமோகன் எழுதியிருந்தான். பரமத்தியில் கிரிக்கெட் மேட்ச் என்றும், தனது ஊரின் சார்பாக அவன் விளையாடவேண்டும் என்று எழுதி, வரும் ஞாயிற்றுக்கிழமை காலை ஒன்பதரை மணிக்கு நேராய் பரமத்தி ஸ்கூல் கிரௌண்டிற்கு வருமாறு பணித்திருந்தான். சனிக்கிழமை இரவே சரியாகத் தூக்கங் கொள்ளவில்லை. ஞாயிற்றுக்கிழமை நேரமே எழுந்து பால் கறந்து கொண்டுவந்து வைத்துவிட்டு அப்பாவை கடையைப் பார்த்துக்கொள்ளுமாறு கேட்டுக்கொண்டான். பரமத்திக்கு அத்தைப் பையன் ரகுநாதனையும் கூட்டிக்கொண்டு போவோமே. மூணு மைல்தானே கோட்டார்பட்டி. போய்க் கூட்டிவந்தால் துணைக்காச்சு என்று சைக்கிளில் போனான்.

கோட்டார்பட்டிக்குப் போனால் ஊரே அடையாளம் மாறினது மாதிரி இருந்தது. தலைவாசலில் அரசமரத்தைப் பெயர்த்துவிட்டு ஒரு ஆஸ்பெஸ்டாஸ் கூரையின்கீழ் விநாயகரை அமர்த்தியிருந்தார்கள். அவனுக்குப் பொசுக்கென்று போய்விட்டது. அஸ்திவாரங்களை விடவும் மரங்களின் வேர்கள் பூமியில் ஆழம் செல்பவை என்று மக்களுக்குச் சொல்லாமல்விட்டது யார்? ரகுநாதனைக் கூட்டிக்கொண்டு ஊருக்குவந்து பின் பரமத்திக்கு பஸ் ஏறினான். சின்னதாராபுரம் போய் அங்கிருந்து ராமலிங்கா பஸ்ஸில் ஏறினால் பரமத்தி. பெயரைச் சொன்னாலே மனதுக்குள் மல்லிகை பூக்கிற ஊர். பஸ்ஸிலிருந்து இறங்குகையில் வலதுகாலை முதலில் கீழேவைத்து இறங்கத் தோணி சற்று சிரமத்துடன் அவ்விதமே இறங்கினான்.

ரகுநாதன், “என்னடா வேண்டுதலா?” என்றான். அவசமும் பரவசமும் பகிர்கிற தோழமையில் அவனது ரகசியங்கள் யாவும் அறிந்தவன் ரகு. “கம்னு வாடா டீக்குடிப்போம்” என்றவன், டீக்கடைப் பக்கம் போனான்.

தேநீரின்போதே தேடிச் சுழல்கின்றன விழிகள். இது ராஜியின் ஊரல்லவா! செய்துவைத்த சிற்பத்திற்குச் செந்நிறமும் ஜீவனும் ஊட்டப்பட்ட உயிர்ப்பொருளாய் அந்தத் தேவதை எங்கேனும் தென்படுவாளா?

தேநீர் அருந்தியதும் இருவருமாய் மேற்குநோக்கி ஸ்கூல் கிரௌண்டிற்கு நடக்கிறார்கள். காவல் நிலையம் தாண்டியதும் கண்ணில்படுவது என்ன? அவன் மேனியெங்கும் குளிர்ப்புள்ளிகள். சாலை மருங்குகளில் அவனது பால்யத்தில் இரத்தத்தின் அனுபந்தமாய்ப் பூத்த சிவப்புப் பூ மரங்கள். இன்றளவும் பெயர் தெரிந்துகொள்ளாத ஆனால், பிரியத்திற்குகந்த மரங்கள் செம்மலரொளி வீசி நிற்கின்றன. அவனது ஊரில் மகிழ்வளித்து பதினாலாம் வயசுக்குள் மறைந்துபோன மரங்கள் மீண்டுமிங்கே. பிரியமான ஓர் ஊரில் ராஜியைப் பார்க்காத போதும் அவன் நிறைவை உணர்ந்தான்.

கால வகை

துல்லியமாக அளந்து பார்த்துவிட்டேன். அரை மீட்டர் நீளமும், அரை மீட்டர் அகலமும் உள்ளதாய் இருக்கிறது இதன் மேற்பரப்பு. உயரம் ஒன்றரை அடி இருக்கிறது. நவீன எடைக்கருவியின் துணை கொண்டு இந்தச் 'செக்கு' எத்தனை கிலோ என்று நிறுத்துவிட முடியும்.

நதிமூலம், ரிஷிமூலம்போலவே விக்கிரஹங்களின்மூலமும் அவ்வளவு எளிதில் அறிவதற்கில்லை. இந்தச் செக்கு ஆதியில் எந்த மலையில் கல்லாக உறைந்திருந்ததோ? இப்படி துல்லியமாய்ச் சொல்ல முடியாத பழைய நாட்கள் இதற்கு உண்டு. ஆயிரக்கணக்கான இட்டிலி, தோசை, வடைகளுக்குக் காரணமாயிருந்திருக்கிறது.

கோலிக்குண்டுகளுக்கு வசீகரமான உட்பூக்கள் உள்ளதுபோல், இட்டிலி அரிசிக்கும் சுடர் வெள்ளைப்பூ நேர்த்தி இருந்தாலும் செக்கும், சட்டியும் இல்லாமல் அது இட்டிலி ஆகமுடியாது.

இந்தச் செக்கின் உயரத்தில் நான் இருந்தபோது, என் வாழ்வின் நினைவு தினங்கள் தொடங்கியிருக்க வேண்டும்.

அப்போது எங்கள் வீட்டுக்கு இப்போதுள்ள வடக்கு வாசலோடு, தெற்குப்புறமாகப் போய் வரவும் பாதை இருந்தது. இப்போது அது இல்லை.

மற்றபடி, வீட்டின் அப்போதைய அமைப்பையும், இப்போதைய அமைப்பையும் என்னால் வர்ணிக்க இயலாத வேகத்தில் வீட்டின் அமைப்பு மாறிக்கொண்டிருக்கிறது.

தெற்குவழியில் பொடக்காளியின் மதில் தாண்டி கிழக்கு ஓரமாக செக்கு இருந்தது. கோட்டைமேட்டுக்குப் பள்ளிக்கூடம் போய்விட்டு வந்தபின், புத்தகப் பைக்கட்டை செக்கின்மீது வைத்துவிட்டு அந்தாக்கில் விளையாட ஓடுவதற்குத் தோதாக இருந்தது. முதன்முதலில் அதன்மீது தவ்வி ஏறி அமர்ந்த தினம்கூட சாதனைகளின் நாளாயிருந்தது. ஆனால், அம்மா என் வளர்ச்சி குறித்து விசேஷ காரணங்கள் சொல்லி அதன்மீது அமர்வதைத் தடை செய்துவிட்டாள். அம்மாவின் விருப்பம்போல் ஐந்தடி பதினொரு அங்குலம் வளர்ந்துவிட்ட இந்நிலையில், 'இது மட்டுந்தானா வளர்ச்சி?' என்ற கேள்வி நிற்கிறது.

இடையறாத காலை இட்டிலிகளால் செக்கு சதாவும் 'ஆட்டுக் கல்'லினால் தாக்குண்டிருந்தது. ஆட்டுக்கல் தெரியும்தானே? உரல் - உலக்கை, அம்மி - குழவி, செக்கு - ஆட்டுக்கல் என, 'பிரிக்க முடியாதது எதுவோ?' என்ற கேள்வியின்கீழ் வருவதில் ஒன்று.

தோல் கீழாக நிறுத்திய உடுக்கையில் ஒரு லயத்தில் கீழ்ப்புறம் மழுங்கிக்குவிந்த வடிவம் ஆட்டுக்கல்லுக்கு. உச்சியில் குச்சி செருகப்பட்டிருக்கும்.

நாட்களின் அசைவில் செக்குக்குழியின் உட்புறம் கறுப்புத் திராட்சைபோல வழவழப்பாகிவிடும்.

மழைக்காலத்தில் தெருவே ஓடையாகும் தென்புறத்துப் பாதையில் பகலைக் கிழித்துக்கொண்டு யாரேனும் வருவார்கள். "அம்மி கொத்தறதே! கொளவி கொத்தறதே!" உளியும் சுத்தியலும் கைக்கொண்டு மடிந்த அழுக்கு வெள்ளை வேட்டியும் உப்புக்கறைச் சட்டையுமாய் அவர்கள் இருப்பார்கள். பகலின் எந்தத் தருணத்து வெப்பத்தையும் ஏற்று வாங்கிவாறு அவர்கள் செக்கைப் பொளிவார்கள்.

பொளிதலின்போது நான் கிட்டே இருந்தால் எனது 'இனிஷியலை' பொறிக்கச் செய்வேன். பாலர் காலக் கல்வெட்டு.

பொளிந்து முடித்தபின் புதிய பொலிவுபெறும் செக்கு. தவிரவும், மழை பொழிகிற தினங்களில் ஓர் உழவு மழை என்பதைக் கணக்கிட 'செக்கு நிரம்பிவிட்டதா' என்றும் பார்ப்பதுண்டு. இவ்விதம் பொளிதல்-பொலிதல், பொழிதல் எல்லாவற்றுடனும் சம்பந்தப்பட்டிருந்தது.

ஒரு கட்டத்தில், எனக்குத்தான் அதனுடன் சம்பந்தம் விட்டுப் போயிற்று. நான் ஆணாயிருந்தது, வீட்டுக்குக் கிரைண்டர் வந்தது, செக்கை நான் காணாதிருந்தது எனச் சில காரணங்கள்தான்.

கிரைண்டர் வந்தபோதே வீட்டின் தெற்குப் பாதை அடைபட்டுப் போய்விட்டது.

எனக்கோ வெளியூரின் வாசல்கள் திறந்தன. ஊர்கள் சுற்றி வீடு திரும்புகிறபோது இட்லியைப் பார்த்தாலும் செக்கின் நினைவும் வருவதில்லை, கிரைண்டர் நினைவும் வருவதில்லை.

தெற்குப்புறப் பாதை அடைபட்டதும் இப்போதைய முள்வனமும், ஓம்சக்தி கோயிலும் காட்சிக்குத் தப்புகின்றன. அந்த இடம் ஒரு காலம் தோல் பொம்மை ஆட்டத்துக்கும், கழைக்கூத்துக்கும் ஆனதா யிருந்தது. வருடத்தில் சில தினங்கள் வரும் அந்நிகழ்ச்சிகளுக்கு எங்கள் வீட்டிலிருந்துதான் மின்சாரம் போகும்.

செக்குக்கும் மதிலுக்கும் இடையேயான இடைவெளி சரியாய் ஒரு மூங்கில் கழி உள்ளே நுழைவதாய் இருக்குமாதலால் வயர் போகும் பாதையில் செக்குக்கு மேலாக மின்சார முடிச்சு இருக்கும். அந்த மூங்கில் கழி இடைவெளியோ மற்ற நாட்களில் 'உக்கை' வைக்கப் பயன்பட்டு வந்தது. உள்ளங்கையினின்று சரியும் மணற்குமிகளுக்கு 'உக்கை' என்று பெயர் குழந்தை விளையாட்டில். தோல் பாவைக்கூத்து நடந்த இடத்தில் ஒரு பாதியில் ஓம்சக்தி கோயிலிருக்கிறது. இன்னொரு பாதி வியாஜ்ஜியத்தில் கிடந்து சீமைக்கருவேலம் வளர்கிறது. அவற்றிற்கு ஸ்டே ஆர்டர் கிடையாது. ஊர் நடுவே இருந்தாலும் ஓம்சக்தி கோயில் வனத்துக்குள் இருப்பதான 'எஃபெக்டோடு இருக்கிறது. எல்லாத் தோல்கூத்திலும் வருகிற 'பத்துப் பைசாக்காரன்' எந்த டாலரைத் தேடி எந்த நாடு போனான் என்று தெரியவில்லை. தோல் பொம்மையாட்டம் இப்போது ஊருக்கு வருவதேயில்லை.

சரித்திரத்தில் அலாதியான விஷயம் மறதிதான். காட்சிக்கே கிடைக்காததால் 'செக்கு இன்று காலை வரை ஞாபகத்தில் தப்பியிருந்தது. இன்று காலை எழுந்திருக்கும்போதே எங்கள் வாசலின் கிழக்குப்பக்கமுள்ள ஓர் இடத்தை ஆட்கள் தோண்டிக் கொண்டிருந்தார்கள். என்ன என்று விசாரிக்கையில்தான் தெரிந்தது. எங்கள் 'செக்கு' அங்கே புதைந்திருந்த விஷயம். முந்தாநாள் வந்த ஜோஸியக்காரன் சொன்னானாம் - இந்தமாதிரி ஐட்டமொன்று புதைந்துகிடக்கிறதென்றும் அதை எடுத்தால்தான் பீடை விலகுமென்றும். அப்பாவும், "வாஸ்தவம்தான். போன வருடம் நான்தான் செக்கைக் குழிபறித்துத் தள்ளினேன்" என ஒப்புக்கொண்டு மீட்கும் காரியத்தில் இறங்கியிருந்தார்.

எனக்குக் கோபம் கோபமாக வந்தது. பீடைகளை விடுங்கள். செக்கைப் புதைத்தாலும் சும்மாயிருந்தாலும் அது நம்மைச் சுற்றத்தான் போகிறது. நம்மைவிட்டால் அதற்குப் போக்கிடம் ஏது? ஆனால், தின்ற இட்டிலிகளை ஒரு வினாடி நினைத்திருந்தால் இப்படிக் குழிபறித்துத் தள்ள மனசு வருமா? அதை உள்ளே தள்ளுகிற அளவா கிராமத்தில் இடநெருக்கடி வந்துவிட்டது?

செக்கை வெளியே எடுக்கும் காரியத்தில் பங்குபெற நானும் ஆயத்தமானேன். அப்பா, நல்லவேளையாக 'லொகேஷனை' ஞாபகம் வைத்திருந்தார். தோண்டத் தொடங்கிய சில நிமிடங்களில் செக்கு தட்டுப்பட்டுவிட்டது.

உள்ளே இரண்டு ஆட்கள் நிற்பதற்குமாய்ச் சேர்த்து செக்கைப்போல இரண்டு மடங்கு அகலமாய்க் குழிபறிக்கவேண்டி வந்தது.

வடக்கயிறுக்காக ஒரு வீட்டுக்கும், கடப்பாரைக்காக ஒரு வீட்டுக்குமாய் சைக்கிளில் அலைந்தேன். கிராமத்தில் இப்படித்தான். ஒவ்வொரு வீட்டிலும் ஒவ்வொன்று இருக்கும். தேவையான வீட்டில் கூடிப் பிரியும்.

வட்ட வடிவத்தைப் பெற்றிராத செக்கு ஆகையால் உருட்டி மேலே கொண்டுவர வாய்ப்பில்லை. இரண்டு பனைச் சட்டங்களை வைத்து அதன்மீது நெம்பி இழுத்துக்கொள்ளத் திட்டமிடப்பட்டது.

புறத்திருந்து நெம்பி அசைப்பதற்காக கல் ஒன்றை எடுத்து வரச் சொன்னபோது, என் தம்பி கொண்டு வந்த கல் செக்கில் பாதியளவு இருந்தது. பதற்றத்தில் நடக்கிற காமெடிகளுக்கு அளவேயில்லை. பழசை மறந்த யாரும் இப்படிக் கஷ்டப்படத்தான் வேணும்.

கயிறு கட்டி செக்கை மேலிழுக்க... கீழே, ஆடும் இடைவெளியில் கல்லைப் போட்டு... மேலே நெம்பிவிட்டு... மேலே இழுத்து... மூன்று மூன்று புள்ளிகளுக்கிடையேயும் ஏகமாய் வியர்வை செலவழித்து மேலே ஏற்றியாகிவிட்டது.

மண்ணைத் தட்டுகிற சாக்கில் அதைத் தடவிக் கொடுத்தேன். அப்புறமாகத்தான் இது வாசல் மூலைக்கு வந்து சேர்ந்து இப்போது இருக்கிறது.

கடைசியாய்ப் பொளிந்து மீந்திருக்கும் பொருக்கை வடிவச் சிறு குழிகளில் சேகரமாகியிருக்கிறது என் பால்யத்தின் எச்சம்.

இந்த வாசலில் விளையாடும் ஏதாவது ஒரு குழந்தைக்கு இது புதிய விளையாட்டின் கற்கதவுகளைத் திறக்கக்கூடும். இதனுடைய காத்திருப்பும், இருப்பும் ஒன்றும் சும்மா அல்ல. ஆனால்... ஆனால்... இதனோடு சேர்ந்த ஆட்டுக்கல் எங்கே என்ற கேள்வி இப்போது எனக்கு வந்துவிட்டது. எங்கே தோண்டுவது என்பது மட்டும் புரியவில்லை.

காலம் உடன் வரும்

நாளை மறுநாளுக்குள் சரக்கை, லாரி பிடித்து ஏற்றி தூத்துக்குடி துறைமுகத்தில் சேர்க்கவேண்டிய நிர்ப்பந்தம் 'அனந்திகா ஃபேப்ரிக்ஸு'க்கு. இன்னும் மிச்சம் மீதிகளாக வரவேண்டிய துணிகள் தறிகளில் இருந்தன. இவற்றைச் சேகரிக்க பள்ளிப்பாளையம், மொங்கநல்லாம்பாளையம், வெள்ளகோயில் இப்படிப் பல இடங்களுக்கு நேரில் ஆட்கள் சென்றனர். ஆட்கள் அவசியமில்லை எனும் இடத்துக்கு தொலைபேசி அழைப்புகள். வெள்ளகோயில் தினேஷ் டெக்ஸில் டெலிபோன் மணி ஒலித்தது. சுப்பிரமணி போனை எடுத்தான்.

"அனந்திகாவுல இருந்து பேசறமுங்க.... ஓனர் இருக்காரா...?"

"நான்தான் பேசறேன்... சொல்லுங்க..."

"நாளைக்கு சாயங்காலத்துக்குள்ள லாரில ஏத்தணும். சீக்கிரமா முடிங்க. உங்களுக்குச் சொல்லவேண்டியதில்ல..."

"இங்கே பாவு பிணைக்கக்கூட ஆள் இல்லீங்க..."

"ஏனுங்க. நம்ம சிரமந்தெரியாதவராட்டம் புதுசாப் பேசறீங்களே? எப்படியாச்சும் ஓட்டி வெச்சிருங்க. நாளைக்கு ரண்டு மணிக்கு நம்ம டெம்போ உங்க பட்டறைல நிக்கும். ஏத்தி அனுப்பவேண்டியது உங்க பொறுப்பு..."

தொலைபேசித் தொடர்பு துண்டிக்கப்பட்டது. கூடவே, உற்சாக நரம்புகளையும் துண்டித்தாற்போலிருந்தது சுப்பிரமணிக்கு. நேரம் இப்போது இரவு பதினொன்று.

பாவு பிணைக்க ரங்கன் இருந்தால் பரவாயில்லை. முந்தாநாள் மனைவியோடு மாமனார் ஊருக்குப் போய்விட்டான். இப்போது என்ன செய்வது?

உள்ளே நான்கு தறிகள் ஓடிக்கொண்டிருந்தன. மாணிக்கம் ஓட்டுகிற தறியில், சற்றுநேரத்தில் 'பாவு' தீர்ந்துவிடும். மிச்சம் கொஞ்சம் நூல் வைத்து அடுத்த பாவைப் பிணைத்துவிட்டால் நாளைக்குள் ஓடி அடைந்துவிடும். பாவு பிணைக்க ஆள் வேண்டும் இப்போது. நண்பன் ரகுவின் 'குமரன் டெக்ஸி'ல் யாராவது இருப்பார்கள். இம்மாதிரி அவசர காலத்துக்கு ஆபத்பாந்தவன் ரகுதான். பைக் சாவியோடு வெளியில் வந்த சுப்பிரமணி, மீண்டும் உள்ளே போய் பைக் சாவிக்குப் பதில் கார்ச் சாவியை எடுத்துக்கொண்டான்.

பாவு பிணைக்க இரண்டு ஆளாகக் கிடைத்தால் வேலை விரைவில் முடியும். அதைவிட, ஆள் தேடி அஞ்செட்டு கிலோமீட்டர் போகவும் வேண்டி வரலாம். வெளியே குளிர் வேறு தாக்கிக்கொண்டிருக்கிறது. 'கார்'தான் நல்லது. காரில் போகையில் அவனுக்கு பாட்டு கேட்கக் கூடத் தோணவில்லை. தேவைகளின் அவசரப் பதற்றம் கடல் தாண்டி இங்குவரை தாக்கிக்கொண்டிருக்கிறது.

தறியின் வாசலிலேயே நின்றுகொண்டிருந்த ரகுவைப் பார்த்து காரிலிருந்து இறங்கிக்கொண்டே, ''நீயும் வீட்டுக்குப் போகலியா...?'' என்றான்.

ரகு விரக்தியை வென்ற புன்னகையோடு, "எங்கே போறது? கடவுள் நம்மளத் தூங்கறதுக்கா படைச்சிருக்கான். நாம் இங்கே நைட் வாட்ச்மேன். பெண்டாட்டிக, வீட்டுக்கு வாட்ச்மேன்..."

"வாட்ச் வுமன்..."

"இங்கிலீஷைத் திருத்தறது இருக்கட்டும். என்ன சோலியா இப்ப வந்தே... நீ ஒண்ணும் சும்மா வரமாட்டியே!"

"பாவு பிணைக்க ஆள் வேணும். உடனடியா யாரையாவது அனுப்பு... இங்க யாரும் இருக்காங்களா..?"

"இங்க ஒருத்தரும் இல்லியே..."

சுப்பிரமணியின் முகம் சோர்ந்து விழுவதைப் பார்த்துவிட்டு ரகு "உனக்கு மாயழகு தெரியுமா... இங்கே தறி ஓட்ற ஆள்..?" என்று கேட்டான்.

"ஆமா! தெக்கத்திக்காரன்..."

"ம்... அந்த ஆளும் சம்சாரமும் வீட்டுலதான் இருப்பாங்க. அந்தப் பொம்பள நல்லா வேலை செய்யும். நான் சொன்னேன்னு சொல்லிக் கூட்டிக்கிட்டுப் போ. சம்பளம் சேத்துப்போட்டுக் கொடுத்துடு..."

"திடுதிப்புனு இப்ப நடுராத்திரியில போயி..."

பேய்களும் கிறுக்கரும் தூங்கும் இந்த நடுராத்திரியில் போய், புதிய ஒரு பெண்ணை வேலைக்கென கூப்பிடுவதைக் குறித்து சுப்பிரமணி தயங்கினான்.

"உனக்கு பாவு ஓடணுமா, வேண்டாமா? அவங்க வந்தாலும், நீ விடமாட்டேபோலிருக்கே!" ரகு முறைத்தான்.

சுப்பிரமணி, "போன பொங்கலன்னிக்கு மாயழகு பண்ணினது ஞாபகம் வந்திட்டுது..." என்றான்.

ரகு, "ஆமாமா..." எனச் சிரித்துக்கொண்டான்.

அன்றைக்குப் பொங்கல்... ரகுவும் சுப்பிரமணியும் கார்மேகம் தியேட்டருக்குப் படம் பார்க்கப் போயிருந்தார்கள். முதல் ஆட்டம், 'இந்தியன்' படம். தியேட்டர் முழுக்க திரவ வாசம் பரவியிருந்தது.

ரகு, "பாரு சுப்பு! தியேட்டர் முழுக்க போனஸ் வாசம்..." என்றான். "அதவிடு... வீடு போய்ச் சேர்றதுக்குள்ள எத்தனை சண்டையை வேடிக்கை பார்க்கணுமோ..?"

சுப்பிரமணி சொன்னதுபோலத்தான் ஆயிற்று. படம் முடிந்து இவர்கள் நடந்துபோகையில், இவர்களுக்கு நூறு மீட்டர் முன்னாடி மாயழகும் ஒச்சம்மாவும் நடந்து போய்க்கொண்டிருந்தனர்.

குடிகாரன் ஒருத்தன் ஒச்சம்மாவை என்ன சொன்னானோ, என்ன செய்தானோ... தெரியவில்லை! மாயழகு ருத்ரமூர்த்தியாக மாறிப் புரட்டி எடுத்துக் கொண்டிருந்தான். நிற்கமுடியாது தடுமாறி, முழங்கால் மடிந்து விழுகிறவனைத் தாடையில் எத்திக்கொண்டிருந்தான். சாமியாடியின் ஆவேசத்தோடு முறுக்கி நின்ற மாயழகைப் பிய்த்து எடுப்பதே ரகுவுக்கும் சுப்பிரமணிக்கும் சிரமமாயிருந்தது.

அந்தக் காட்சி இப்போது சுப்பிரமணிக்கு மனத்திரையில் விரிந்துவிட்டது.

ரகு, "போப்பா... பொம்பளகிட்ட வம்பு பண்ணினா, எவன் சும்மாயிருப்பான்...? சரி, சரி... இப்ப இங்க வேலை இல்லீனா, நானே வந்திருவேன். மாயழகுகிட்ட ரகு சொன்னார்னு சொல்லு, அனுப்பிவைப்பாப்டி..."

மாயழகுவின் வீட்டைக் கண்டுபிடித்து, சுப்பிரமணி கதவைத் தட்டினான். இந்த அகாலத்தில் மாயழகு கத்தியைத் தூக்கிக்கொண்டு துரத்தி வந்தால் எப்படியிருக்கும் எனக் கற்பனை ஓடியது.

மாயழகுதான் கதவு திறந்தான். கண்களை இடுக்கிப் பார்த்துவிட்டுப் பின் புன்னகைத்தான்.

“பாவு பிணைக்கணும்ப்பா... ரொம்ப அர்ஜெண்டு! எங்க பட்டறை ஆளு ஊருக்குப் போயிட்டான். வேற வழியே இல்ல. உங்க ஓனரைப் பார்த்தேன். அவருதான் சொன்னாரு, உஞ் சம்சாரம் பாவு பிணைக்குமாம்ல...”

“அவ்வளவுதானுங்களா...? இதா எழுப்பறேன்...” என்றவாறு அவளை நோக்கித் திரும்பினான்.

ஒச்சம்மா மூச்சுக்காற்றைத் தவிர, உலகின் சகல தொடர்புகளையும் துண்டித்தாற்போல தூங்கிக்கொண்டிருந்தாள். அவளது தூக்கத்துக்காக, சரக்குக் கப்பல்கள் காத்து நிற்பதில்லை. மார்போடணைந்து இரண்டரை வயதுக் குழந்தை தூங்கிக்கொண்டிருந்தது. மேலே ஒரு சட்டத்தை வைத்துவிட்டால், இந்த நொடியில் புகைப்படம் ஆகிவிடுவார்கள். சீரான இடைவெளிகளில் அவளது மூச்சுக்காற்று துல்லியமாகக் குழந்தையின் தலையில் இறங்கிக்கொண்டிருந்தது. குழந்தையின் தலையில் வகிடும் சிற்றலையும் எழும்பி அடங்குகின்றன.

“யே... ஒச்சு... எந்திரி புள்ளே ...” என அவளது வலது முழங்கைக்கு மேலாகத் தேய்த்தான். இடது கை ஊன்றி அவள் எழுகிறபோதே, வலது கை மாராப்பைத் தாங்கித் தோளின் பின் கீழாகத் தவழவிடுகிறது. கண்ணைக் கசக்கிக்கொண்ட நான்காம் விநாடியில், “வாங்கண்ணே...” என்றாள், சுப்பிரமணியைப் பார்த்து.

அடுத்த இரு விநாடிகளில் மாயழகைப் பார்த்தாள். அவளது கண்கள் ‘இவருகிட்டே ஏதும் கடன் வாங்கியிருக்கியா..?’ என்கின்றன. விழிவழியே பேசுவதில் தாம்பத்தியத்துக்குத் தனிமொழி உண்டு.

“பாவு பிணைக்கக் கூட்டிக்கிட்டுப் போக வந்திருக்காரு...”

ஒச்சம்மா கையில் நீர்ச்சொம்புடன் எழுந்து வெளியே சென்றாள். முகம் கழுவிக்கொண்டு வரும்போது சற்றே மலர்ச்சியாகத் தெரிந்தாள்.

“கார்ல வந்தீங்களா...?” எனக் கேட்டவாறு குழந்தையைத் தூக்கிக்கொண்டு வெளியில் இறங்கிவிட்டாள்.

சுப்பிரமணி, மாயழகைப் பார்த்து, “மாயழகு வர்றாப்டியா...?” என்றான்.

“நான் எதுக்குண்ணேண...? காவலா... காலை முத ஷிஃப்ட்டுக்குப் போகணும். நீங்க கொண்டுவந்து விட்டுருங்க, அதுபோதும்...”

“ம்...” என்றவாறு சுப்பிரமணி வெளியே வந்து, காரின் பின்கதவைத் திறந்து ஒச்சம்மாவை உட்கார வைத்துவிட்டு காரைக் கிளப்பினான்.

தனது பட்டறைக்குச் சுப்பிரமணி காரைச் செலுத்தினான். தறிப் பட்டறைக்குள் நுழைகிற நேரம், இரண்டாம் நம்பர் தறி ஓடி முடிந்து

ஒன்றரை மீட்டர் நூலை மிச்சம் வைத்திருந்தது. இனி, அதே நூலின் பாவைப் பிணைத்து, தொடர்ந்து ஓட்டவேண்டியதுதான். பாவு பீமிலிருந்து செல்கிற இந்த நாலாயிரம் நூல்கள் பெரிய இசைக்கருவியின் தந்திகள்போல் உள்ளன. இத்தனை தந்திகளிலிருந்தும் ‘டக்...டடக்...’ என ஒற்றைத் தறிச் சத்தம்தான்.

தறிமுகப்பில் ஊடுபாவாக நூல் கோத்துக்கொண்டு எலிமாதிரி ‘தார்க்கதிர்’ ஓடினால், நூல்களுக்குத் துணி வடிவம் வந்துவிடும். துணியின் டிஸைனைத் தறிக்கு மேலே வெட்டிவெட்டி நகரும் ஜக் கார்டுகள் தீர்மானிக்கும்.

பழைய வெற்று பீமைக் கழற்றிவிட்டு, புதிய பாவு பீமை தறிப் பையன்கள் உதவியோடு சுப்பிரமணி பொருத்தினான். ஒச்சம்மாவுக்கு வேலை துவங்கயிருக்கிறது. குழந்தை தோளில் தூங்கிக்கொண்டிருந்தது. ஏறக்குறைய நிற்கிறமாதிரியான போஸில் குழந்தைகள் சமர்த்தாகத் தூங்கிவிடுகின்றன.

சுவரோரமாக ஒரு பெட்ஷீட்டைத் தேடி விரித்து, அதில் குழந்தையைப் படுக்கவைத்தாள். தறிச் சத்தத்தில்கூட விழிக்காத குழந்தை, தாயின் அருகாமை தவறியதும் சிணுங்கியது. சில கழிநூல்களை எடுத்து அதன் விலாப்பகுதியில் வைத்தாள். அதன்மீது கைபோட்டு குழந்தை அமைதியானது. கருவறையின் காப்பும், அரவணைப்பும் நீண்டகாலத்துக்குத் தேவையாயிருக்கிறது.

தறியின் அருகே வந்து நூல்களை முடிச்சிட்டு இணைக்க ஆரம்பித்தாள் ஒச்சம்மா. கிருஷ்ணாபுரத்து ஒச்சம்மா. அவளுக்குச் சொந்த ஊர் உசிலம்பட்டி பக்கமுள்ள கிருஷ்ணாபுரம். சீமைக் கருவேல முட்கள் அதிகம் உள்ள ஊர். ஊர் ஓரமாகக் கண்மாய். ஊர் நடுவே கோயில். மாயழகுக்கு வாழ்க்கைப்படும் வரை கிருஷ்ணாபுரம். மாயழகு ‘கோம்பைத் தொழுவு’க்காரன். கோம்பைத் தொழுவென்றால் அது வெள்ளிமலை அடிவாரத்தில் இருக்கிறது. வருசநாட்டு மலைத் தொடர்ச்சி. தேனி, கண்டமனூர் எல்லை தாண்டிப் போகவேண்டும்.

மண்மலையைக் குடைந்த பெருங்குகைக்குள் வந்துவிட்டது மாதிரி இருந்தது ஒச்சம்மாவுக்கு. அங்கே கருவேல மரங்கள் அதிகம். ஊர்முழுக்க மேடும் பள்ளமுமாக இருக்கும். திடீரென மாறுகிற நிலக்காட்சி எவருக்கும் சிரமம் தருவது. கோம்பைத்தொழுவுடன் ஒச்சம்மா ஒட்டவே முடியவில்லை. என்றாலும் கொஞ்சம் கொஞ் சமாக தன்னை அந்தச் சூழலுக்குத் தயார் செய்துகொண்டிருந்தாள்.

அங்கிருந்துதான் மூன்று மாவட்டங்களைத் தாண்டி மாயழகு வெள்ளகோயிலுக்குத் தறி ஓட்ட வருவான். கொஞ்சம் காசு பிடித்ததும்

கோம்பைத்தொழுவுக்குப் போய்ச் சுற்றிக்கொண்டிருந்துவிட்டு வருவான். அப்படித் தனது ஊரில் அவன் இருந்தபோதுதான் ஒச்சம்மாவுடன் முடிச்சானது.

மாயழகை எப்படியோ ரகு பிடித்துவிட்டான். எதிர்கால நலன்களை எடுத்துப் பேசி வெள்ளகோயிலுக்குக் குடும்பத்துடன் வரச் செய்தான். இதற்காக இருபதாயிரம் ரூபாய் அட்வான்ஸ் கொடுத்தான்.

வீடு முதலான ஏற்பாடு செய்துமுடித்தபின் மாயழகுக்கு 'இது பரவாயில்லையே' என்று தோன்றியது. ஆனால், வெள்ளகோயில் வந்த அன்று ஒச்சம்மா அழுத அழுகை இருக்கிறதே! 'தினம் ஒரு மரத்தின்கீழ் அடுப்புப் பற்றவைக்கிற நாடோடிப் பிழைப்புதானா நம்முது' என விம்மிவிட்டாள். ஆயினும், இனியும் இடம் மாறினால் தான் பிழைக்கமாட்டோம் என்பதாக அவளுக்குப்பட்டது. இந்தப் பகுதியின் வேலிகள், வீடுகள், நாகரிகம், குறிப்பாக உணவுப் பழக்கம் எல்லாமே வியப்பைத் தந்தன அவளுக்கு. ஒச்சம்மா "வெஞ்சினம் இல்லாம சாப்பிட முடியாது..." என்றாள். இங்குள்ள பெண்கள், "வெஞ்சினம்.. ஓ பொரியலா... பொரியல் இல்லாம சாப்பிட்டுறலாம். தயிரோ, மோரோ இல்லாமத்தான் சாப்பிட முடியாது..." என்றார்கள். வெள்ளத்தண்ணி ஒரு சேரையாவது வேணும்.

உணவு, காற்று, நீர், ஒப்பனை எல்லாமும் மாறவேண்டியிருந்தது. மண் பார்த்து வளர்ந்தாலும் மரம் பார்த்துப் படர எத்தனை கொடிக்கு வாய்த்திருக்கிறது இங்கு. தறித்தொழில் இயந்திர நேர்த்தி அதிகம் கொண்டது. நுட்பங்களுக்கு மூளை செலவிடத் தேவையில்லை. ஆனால், பிசகாமல் ஒரே மனசாக நேரம் செலவிட்டாக வேண்டும். பாவு பிணைத்தல், ஓடி எடுத்தல், கோன் போடுதல் எல்லாம் மாதங்களில் ஒச்சம்மா கற்றுக்கொண்டாள். தறிதான் ஓட்டத் தெரியாது. தொழிலில் தறி ஓட்டுகிற பெண்களும் இருக்கிறார்கள். விமானமே ஓட்டுகிறவர்கள் தறி ஓட்டமாட்டார்களா என்ன?

தன் குழந்தையின் கல்விபற்றி இப்போதே ஒச்சம்மாவுக்கு கவலை வந்துவிட்டது. தன் பையன் 'தார் போடுகிற பையனாக' மாறுவதை அவளால் சகிக்கமுடியாது. தம்மைப்போல வந்தேறிய சக குடும்பங்களைக் கவனித்துத்தான் வருகிறாள். அடிக்கடி ஊர் மாறினால் குழந்தைகள் படிப்புப் போச்சு. பக்கத்துவீட்டு ராமாயி அக்கா மகனுக்கு வயசு பதினாலு. அ... ஆ... தெரியாது.

பாவு பிணைத்தலினூடே அவள் குழந்தையைப் பார்த்துக் கொள்கிறாள். அவளது பூங்கனா படுத்திருக்கிறது. 'கொங்கு மெட்ரிகுலேஷன் ஸ்கூலில் சேர்க்காவிட்டாலும் பரவாயில்லை. கண்ணே... உன்னை கவர்ன்மெண்ட் ஸ்கூலிலாவது சேர்க்க மாட்டேனா?'

சட்டென பாவு பிணைப்பதை நிறுத்திவிட்டுக் குழந்தையை நோக்கி நடந்தாள். குழந்தை அழ ஆரம்பித்தது. மழலையின் பசி மார்பறியும். குழந்தையை தூக்கிக்கொண்டாள். தறியின் டியூப்லைட் வெளிச்சம் குளிர்ப்பகலை செவ்வகச் சிறையிட்டதுபோலிருந்தது. தறிக்கு வெளியில் வந்து இருள்நிழல் தேடிப்போய் அமர்ந்தாள். உயிர்த்தாரை குழந்தையின் உறிஞ்சுதலால் வழிந்துகொண்டிருக்க அயர்ந்து வந்தது. குழந்தை அப்படியே தூங்கிவிட்டது. அவள் தூங்கமுடியாது.

திரும்ப உள்ளே எடுத்துவந்து கிடத்தினாள். குழந்தை ஒருவிதமாகப் பிறை வடிவத்தில் கிடந்தது. பால்வாய்ப்பிள்ளை. ஒச்சம்மா நூல் பிணைவதன் வேகம் மங்குவதை சுப்பிரமணி உணர்ந்தான். அவன் எல்லாவற்றையும் பார்த்துத்தான் ஆக வேண்டும். தார் போடுகிற பையனைப் பார்த்து, "டேய்... முருகா இங்கே வா" என அழைத்தான். இருபது ரூபாயை கொடுத்ததும் எல்லோருக்கும் அவன் தேநீர் வாங்கி வந்தான்.

ஒச்சம்மா தேநீரை வாங்கிப் பருகினாள். பின், பழைய வேகத்தோடு நூல் பிணைக்கத் தொடங்கினாள். வேலையும் முடிந்துவிட்டது. இரவும் விடிந்துவிட்டது. அந்தத் தறிக்கான மாணிக்கத்தைக் கூப்பிட்டு சுப்பிரமணி, "டீ, பீடின்னு அடிக்கடி போகாம, இதச் சீக்கிரமா முடிக்கணும்!" எனக் கட்டளை வடிவத்தில் கேட்டுக்கொண்டான்.

ஒச்சம்மா குழந்தையைத் தூக்கிக்கொண்டு சுப்பிரமணியின் அருகில் வந்தாள். சுப்பிரமணி இரட்டைச் சம்பளத்துக்கான தொகையை அவளிடம் தந்தான். அவளது கண்கள் திளைப்பிலும், திகைப்பிலும் ஒருகணம் ஒளிர்ந்தன. தனது எதிர்காலமேபோல் அந்த ரூபாய்த் தாள்களை வலது கையில் இறுக்கிக்கொண்டாள்.

சுப்பிரமணி, "கொண்டுவந்து விட்டுடறேன்..." என்று காருக்கு நடக்க, அவள் பின்னால் நடந்தாள். அவன் டிரைவிங் ஸீட்டில் அமர்ந்து, இருபது விநாடிகள் கண்களை மூடிக்கொண்டான். இந்த இரவுக்கும் பகலுக்குமான இடைவெளியை இப்போது பிரித்துவிடுவது போல இருந்தது இந்தச் செயல். பின் அடக்கமாகச் சோம்பல் முறித்துவிட்டு காரைக் கிளப்பினான். ஆங்காங்கே டீக்கடைகள் விழித்து டேப் சத்தம் கேட்கவும், பாட்டுப்போடலாமே எனத் தோன்றி டேப்பை போட்டான்.

"சிக்கு புக்கு சிக்கு புக்கு ரயிலே..."

"இந்தப் பாட்டை எங்கே கேட்டாலும் என் பையன் ஆடுவாண்ணே" பின் இருக்கையிலிருந்து ஒச்சம்மாவின் குரல். இந்நேரம் எங்கேனும் ஒரு பாலைவனம் பூவெடுத்திருக்க வேண்டும். அவளது குதூகலமான முகத்தைத் திரும்பிப் பார்க்க வேண்டும் எனத் தோன்றினாலும்

சுப்பிரமணி, "ம்... அப்படியா?" என வியப்புக் காட்டியதோடு நிறுத்திக் கொண்டான். செம்மாண்டம்பாளையத்தில் அவளது வீடு வந்தாயிற்று. கார்ச் சத்தம் கேட்டு மாயழகு வெளியே வந்தான்.

ஒச்சம்மாளை இறக்கி விட்டுவிட்டு அப்படியே போக எண்ணியிருந்த சுப்பிரமணியை, மாயழகு "டீ சாப்பிட்டுதாண்ணே போகணும்!" என வற்புறுத்தி இறங்க வைத்துவிட்டான். பிறகு தூக்குச்செம்பை எடுத்துக்கொண்டு தேநீர்க் கடைக்கு ஓடினான். ஒச்சம்மா, எந்தப் புள்ளியில் துவங்கினாள் எனத் தெரியாதபடி வீட்டுக் காரியங்களில் முனைந்துவிட்டாள். குழந்தை இதற்குள் விழித்துவிட்டான். பயல் நேற்றுப்படுத்த கூரையின்கீழ்தான் இன்றைக்கும் விழிக்கிறான். மாயழகு தேநீருடன் வந்து ஒச்சம்மாவுக்கும் சுப்பிரமணிக்கும் அவனே ஊற்றியும் கொடுத்தான்.

கார்மேகம் தியேட்டர் சாலையில் பொங்கலன்று பார்த்த மாயழகையும் இப்போ பார்க்கிறவனையும் சுப்பிரமணியால் இணைக்கவே முடியவில்லை. ஏதாவது பேசவேண்டும் என்பதாக சுப்பிரமணி, "ரொம்பக் கஷ்டந்தான் நம்ம தொழிலு..." என்றான்.

"அப்படித்தாண்ணே இருக்கும் எல்லாமும்... உங்கள நம்பித்தான் நாங்க ஊருவிட்டு ஊரு வந்திருக்கம். உங்களுக்கு நாங்க ஒத்தாசை... இப்டி ஏதும் அவசரம்னா சொல்லுங்கண்ணே ... எங்களால முடிஞ் சதச் செய்யறம்..."

"சரி, வர்றேன் மாயழகு" என்றவாறு காரை ஸ்டார்ட் செய்தான். உள்ளிருந்து வந்து ஒச்சம்மா, "வாங்கண்ணே ..." என்று விடையளித்துத் தலையாட்டினாள். சுப்பிரமணி எதிர்பாராதவிதமாக "டாட்டா... டாட்டா..." என்று குழந்தையின் குரல் கேட்டது. பதிலுக்குத் தலையசைத்துவிட்டு காரைக் கிளப்பினான்.

தறிக்குச் செல்வதான எண்ணத்தில் இருந்தவன், வண்டியை வீட்டைநோக்கிச் செலுத்திக் கொண்டிருந்தான்.

திருவிழாவில் தொலைகிறவர்கள்

கடைசி இரண்டு ஆடுகளையும் விற்ற நாளின் சாயங்காலத்தில் பஸ்ஸுக்காக லட்சுமி நின்றிருக்கிறாள்.

அவசியம் கருதி இந்த ஆடுகளை விற்கவேண்டுமென நேற்று மாலை அவள் சொன்னபோது... வீட்டில் புயலின் அறிகுறிகள். கணவன் முருகேசன், “எதுக்கு விக்கணும்?” என்றான், வீட்டில் என்னவோ காசு வெள்ளம் கரைபுரண்டு ஓடுவதுபோல. பதிலுக்கு லட்சுமி எடக்காக, “ம்... மொய் வெக்கத்தான்... நம்ம கல்யாணத்துக்கு அவங்க இரண்டாயிரம் வெச்சாங்க. திருப்பி வெக்கிறதா... வேண்டாமா?”

“அவசியம் போகணுமா?”

“உங்களுக்கு நலம், பொலம், நோம்பி நொடி ஒண்ணும் கிடையாது. நாளப் பின்ன வேணும்னு வெச்சுப் பொழைக்கறதா? எல்லாத்தயுங் கை கழுவீர்றதா?”

“பத்திரிகையைத் தபால்ல அனுப்புற அளவுக்கு ஆயிட்டார்ல உங்க சித்தப்பன்.”

“அவரு வரப்போகத்தான் இருந்தாரு. போன ஆடி நோம்புக்கு வந்தாருல்ல. விசேஷத்துக்கு வந்த மனுஷனக் கைமாத்துக் கேட்டா, அப்புறம் எதுக்கு வாறாங்க!”

தேவையின் அழுத்தத்தில் விவஸ்தைக் கயிறுகள் இற்றுத் தெறித்த சம்பவம் அது. மௌனமாகத் தலைகுனிந்தான் முருகேசன்.

“சரி, வித்துத் தொலைக்கறேன். எரணமத்த பொழப்பு நம்முளுது. கால்காசு பெரள மாட்டேங்குது. பட்டியாள

நேரம் நீ போ. முடிஞ்சா காலைல முகூர்த்தத்துக்கு வர்றேன்" என இறுதியாக முடித்தான்.

அவன் முகூர்த்த நேரத்துக்கும் வரமாட்டான் என்பது அவளுக்குத் தெரியும்.

இன்று காலை கோட்டைமேட்டுச் சந்தைக்குக் கொண்டுபோய் ஆடுகளை விற்றுப் பணத்தை லட்சுமியிடம் தந்தான். "இவனையும் கொண்டுக்கிட்டுப் போ" என, கைக்குழந்தை சதீஷைக் காட்டினான். 'இது சொல்லணுமா?' என்பதுபோல லட்சுமி புன்னகைத்தாள். மத்தியான நேரம் வழக்கம்போல ஆடுகளின் நினைப்பில் சிமெண்ட் தாழியில் தண்ணீர் ஊற்றினாள். அலையடங்கிய நீரில் அவளது பிம்பம் சேர்க ஓவியம்போல வேலமரக்கிளைப் பின்னணியில் தெரிந்தது.

இவ்விதமாக லட்சுமி, பஸ் ஸ்டாப் வந்து மொய்ப்பணமும் குழந்தையும் கைக்கொண்டு காத்து நிற்கிறாள். குழந்தை சிணுங்குவதும் தாலிக்கயிற்றைத் தன் பிஞ்சு விரல்களால் பற்றியிழுப்பதுமாக இருக்க... பொட்டெனத் தொடையில் அடித்து முணுமுணுத்தாள்.

"சனியன்! இதயும் அத்துத் தொலைச்சுடாத..."

குழந்தை அழ ஆரம்பித்த நேரம், ராமலிங்கனும் அவன் மனைவி காமாட்சியும் வந்தார்கள்.

"ஏக்கா பய அழுவுது?" என்றாள் காமாட்சி. "அவனுக்கு வேற வேலயச் சொல்லு. ஆமா, எங்கே இரண்டுபேரும் கிளம்பிட்டிங்க?"

"சினிமாவுக்கு."

காமாட்சியின் பதிலைக் கேட்டதும் லட்சுமிக்கு தானும் முருகேசனும் வண்டி கட்டிக்கொண்டு போய் அமராவதி தியேட்டரில் படம் பார்த்த நாட்கள் நினைவாயிற்று. வானம் வஞ்சிக்காத காலமாயிருந்தது அது. மஞ்சள் பூத்துக் கடலையோ, வெள்ளை பூத்து மிளகாயோ வசந்தம் பூண்டிருந்த காலம். வாழ்வரசி வாக்கப்பட்ட நேரம். அவள் கல்யாணப் புதிதில் அதெல்லாம். வானம் பார்த்த பரப்பில் ஸ்திரம் என என்ன இருக்கிறது? சூல்மறந்த மேகத்தால் எல்லாங் காஞ்சு கருவாடாச்சு இப்போ. விற்றொழித்த மாடும் வண்டியும் யாரைச் சுமக்குதோ இப்போது. மாட்டுச்சுமை கழுத்தில்; மனுஷன் சுமை மனசில்.

முருகேசனோட சினிமா போயி எத்தனை நாளாச்சு என நினைக்கையில் கண்கலங்கி வந்தது ஒரு நிமிஷம். காமாட்சி மரகதக்கலரில் புடவையும் சற்றும் பிறழாத வர்ணத்தில் ஜாக்கெட்டும் அணிந்திருந்தாள். தன் ஜாக்கெட்டை ஓரக்கண்ணால் பார்த்துக் கொண்டாள் லட்சுமி. ராமலிங்கன் சிமெண்ட் கம்பெனிக்கு கம்பி

கட்டத்தான் போகிறான். 'கேவலம், கூலிக்காரன் பொழப்பாட்டக்கூட நம்ம பொழப்பு இல்லாமப்போச்சே' என மனம் வெதும்பினாள். இந்த வட்டாரத்துக்கே கந்துக்கடையும் விசைத்தறியும் மாற்றுத் தொழிலென ஆகிவிட்டது. இந்த இரண்டிலும் ஏனோ முருகேசனுக்குப் பரிபாலனம் கூடிவரவில்லை என்றால் சீப்பட வேண்டியதுதான்.

கல்யாணக் கூட்டத்துடன் பஸ் வந்து சேர்ந்தது. வெப்பமூச்சுகள் கடந்து, வண்டி நடுவில் ஒரு கம்பியில் சாய்ந்து நின்றுகொண்டாள்.

கரூர் வையாபுரிநகர் வந்ததும் பஸ்ஸிலிருந்து இறங்கிக் கொண்டாள். குளிர்ந்த காற்று இதமாக நெற்றியில் மோதியது. மேற்கே முன்னிரவில் ரம்மியமாக இருந்தது மண்டபம். வளாகத்தின் உள்அடுக்கில் வரிசைகொண்ட சவுக்குமரங்களில் மணிகள் பதித்த தங்கச்சங்கிலிகள் என சீரியல் பல்புகள் தொங்குகின்றன. சீரியல் பல்புகளிலேயே மணமக்கள் பெயர் ஜோடனை. 'நடராஜ் வெட்ஸ் அமுதா.' நடராஜ் சித்தப்பா பையன். இன்று பி.டி.எல். டெக்ஸ்டைல்ஸ் மற்றும் ஃபைனான்ஸ் இரண்டுக்கும் முதலாளி. அவளுக்கே நினைக்கப் பெருமையாகக்கூட இருந்தது. இன்று ராத்திரி பாட்டுக் கச்சேரி வேற இருக்குதாம். அந்தச் செட்டுக்கே இருபத்தையாயிரமாம். 'ஒரு பட்டி ஆடு வாங்கி மேய்ச்சு காலத்துக்கும் சீவிக்கலாம், அந்தக் காசு நம்மட்ட இருந்தா?' என எண்ணம் வந்தது.

மண்டபத்தின் உள்அரங்கை அடையவே ஒரு பர்லாங் நடக்க வேண்டியிருந்தது. தெரிந்த முகங்கள் ஏதும் தென்படாததால் அது ஏதோ, அரவமற்ற ஒற்றையடி இருட்பாதையென நீண்டு கண்டது. முகப்பில் பன்னீர் தெளிக்கிற மெஷினைப் பார்த்து ஒருகணம் மிரட்சி அடைந்தாள். உள்நுழைந்து நேராக மணமகன் அறைக்குப் போனாள். நடராஜ், "வாக்கா" என முகமன் கூறிவிட்டு கூட்டாளிகள் பக்கம் திரும்பி பேச்சைத் தொடர்ந்தான். சித்தியும் இருந்தாள். "வாம்மா! ஏன் மச்சே வர்லியாக்கு?" என. முருகேசனின் வராததைப்பற்றி கேட்டுவிட்டு ஒரு பதினாலு வயசுப் பெண்ணுக்கு கவனமாகத் தலை வார ஆரம்பித்தாள்.

ஏதாச்சி பணக்கார வூட்டுப் பொண்ணா இருக்கும் என கற்பித்துக் கொண்டவள், "இந்தக் குழந்தய வாங்கிக் கொஞ்சக்கூட முடியல பாரு" என முனகிக்கொண்டே மணமகன் அறையிலிருந்து வெளிவந்தாள். 'இன்னும் அப்பா, அம்மா வரவில்லையா? சித்தப்பா எங்கே?' எனத் தேடுகிறவளானாள். தேவை, ஆதுரமான ஒரு முகம். அரவணைப்பு.

அவளது பக்கத்து ஊர்க்காரியான மல்லிகா எதிர்ப்பட்டாள்.

"வா, இப்பத்தான் வாரியா?" எனக் கேட்டவண்ணம் குழந்தையை வாங்கினாள். குழந்தையை வாங்கும் நேரம் பார்வை லட்சுமியின் கழுத்தில் விழுந்தது. கழுத்தில் ஊசி செலுத்தினாற்போல இருந்தது.

பறிபோகிற எல்லா பொருட்களும் ஏதேனும் ஒரு தடயத்தை விட்டுவிட்டுச் செல்லுமோ என்னவோ. கடந்தமுறை மல்லிகா பார்த்தபோது லட்சுமி, ஒற்றைவடச் சங்கிலியொன்றின் உடைமையாளி யாக இருந்தாள். சங்கட உணர்ச்சியைத் தவிர்க்கும் தந்திரத்தில் லட்சுமி, "எங்க அம்மாவ பாத்தீங்களா?" என்றாள்.

"அவுங்க வர பத்து மணியாகும். உங்கப்பாதான் சொன்னாங்க. உங்கப்பா வந்தாச்சு பாத்தியா?" இருவருமாகப் பேசிக் கொண்டிருக்கையில் நிறைய நகைகளுடன் நொச்சிவலசு ரேவதி கடந்துபோனாள்.

"இரு வர்றேன்" என, குழந்தையை லட்சுமியிடம் கொடுத்துவிட்டு மல்லிகா நகர்ந்தாள்.

நிராதரவும் தனிமையும் சூழ்ந்த அதேவேளை பசித்தது. உணவைப் புறக்கணித்தாள். தேடியலைந்து பாட்டுக் கச்சேரி மேடைப்பக்கம் அப்பாவைக் கண்டுபிடித்தாள். இன்னும் கச்சேரி ஆரம்பமாகவில்லை.

அப்பா, "நீ மட்டுந்தே வந்தியா... மாப்ள வரலியா?" என்றார்.

"காலைல வர்றாங்களாம்."

"ம்..."

"சித்தியைப் பாத்தேன். சரியாக்கூடப் பேசல..."

"ப்ச்..."

"நான் போய்ட்டு காலைல அவங்ககூட முகூர்த்த நேரத்துக்கு வர்றேன்." "சாப்டுட்டியா?" "ம்" என்றாள், அது பொய்யென உணரும் தொனியில். "அதுக்குள்ளேயா சாப்டுட்டே? பாட்டுக் கச்சேரி கேட்டுக்கிட்டு இருந்துடவேண்டியதுதானே?"

"நம்ம பாடே பெரும்பாடு. அம்மா வந்தாச் சொல்லுங்க, நான் போய்ட்டுக் காலைல வர்றன்னு..."

பஸ் நிறுத்தம் நோக்கி நடந்த மகளை அப்பா பார்த்துக்கொண்டே இருந்தார்.

பஸ்ஸில் கூட்டம் இல்லை. சதீஷ் அயர்ந்து தோளில் தூங்கிவிட்டான். ஊர்த் தலைவாசலில் இறங்கியபோது ஒற்றைத் தனியாக மின்கம்பம் எரிந்துகொண்டிருக்கிறது. அரசமரத்தின் உதிர்ந்து காய்ந்த இலைகள் மென்காற்றுக்குச் சரசரக்கின்றன. அவளது மனக் காதுகளில் காலையில் விற்ற ஆடுகளின் 'ம்மே...' சத்தம் ஓயாது கேட்டது. பர்ஸில் உள்ள பணத்தை எடுத்து ரகசியமாக ஒரு தடவை எண்ணிப் பார்த்துவிட்டு வீடு நோக்கி நடந்தாள். கோட்டைமேட்டில் சந்தை கூடுவதற்கு இன்னும் ஆறு நாட்கள் இருக்கின்றன.

மீதியுள்ள ராத்திரி

எதிர்பாராத முத்தத்திற்குப் பின் உலகமே மாறி விடுவதுபோல ஒரு ஐநூறு ரூபாய் என்னை ரொம்பவும் உற்சாகம் கொள்ளவைத்தது. கை வசம் நான் வைத்திருந்த தொழில்தான் இந்த ஐநூறை ஈட்டித்தந்தது. இத் தொழிலுக்கு எங்காவது மாத ஊதியத்தில் இருந்தால் ஆறு ஏழு ஆயிரங்கள் கிடைக்கலாம். அப்படியின்றி, வருடத்தில் சிலமுறை ஜாக்பாட்போல இப்படி ஐநூறு, ஆயிரம் பார்க்கிறேன். பணம் கிடைக்கவும் உலகை மேலும் எளிமையாக்க குடிக்கவேண்டுமென முடிவெடுத்தேன். மாதத்தில் ஒரு நாள்தான் பௌர்ணமி என்கிற மாதிரி, அவ்வப்போது நண்பர்கள் தயவில் தண்ணியடித்து வந்தேன். அவர்களில் யாருக்காவது வாங்கித்தரலாம் என நினைத்துத் தேடினேன். அவர்களது அதிர்ஷ்டமோ, துரதிர்ஷ்டமோ யாரும் அகப்படவில்லை. ஏழு மணிக்கு ஊரிலிருந்து மூலனூருக்கு பஸ் ஏறினேன்.

ஓசிக்குடியில் அது மெலிதான அவமானம் கொண்டிருந்தேன். இன்றாவது சொந்தக்காசில் குடித்து குற்ற உணர்ச்சியைக் களையலாம். சார்பதிவாளர் அலுவலகத்துக்கு மேற்குப்புறத்துள்ள அமராவதி ஒயின்ஸில் நுழைந்தேன். இந்த இடத்தில் இது இருப்பது சாலப் பொருத்தமுடையது. கிரையப் பத்திரங்களில் கையெழுத்துப் போட்டதும் விற்றவரும் பெற்றவரும் உடன்வந்த மற்றவரும் மிதமாக மாந்தி மகிழலாம்.

என்னிடம் விற்பதற்கு ஏதுமில்லை. பெறுவதற்குப் போதை உண்டு. சார்பதிவாளர் அலுவலகம் ஐந்து மணிக்கே பூட்டியாகிவிட்டது. அது இல்லாவிட்டாலும்

உலகு நடக்கும் என நம்பும்விதமாக ஒயின்ஸ் இனி களைகட்டும். ஏழரை மணி இப்போது. இந்தக் குடிச்சனியனை முத்தமிட இதைவிட உரிய நேரமெது? பீரா... ஹாட்டா... என யோசித்து, கடைசியில் ஃபைவ் தௌஸண்ட் பீர் வாங்கினேன். பத்தரை மணி கடைசி பஸ்ஸுக்கு வீடு திரும்பிவிட உத்தேசம். பெருவிரல் ரேகை மடிப்பில் தாலியைக் கோர்த்துக்கொண்டு நீதி கேட்க மனைவி நல்லாள் யாருக்கும் இன்னும் நான் வாழ்க்கைப்படவில்லை. வீட்டில் அம்மா, அப்பா இருக்கிறார்கள்.

வேலையில்லாத மகன் போதைக்காரனாகவும் இருப்பதை அவர்கள் ஒப்பமாட்டார்கள். ஆகவே, இந்தப் போதையை கமுக்கமாகப் பயில்கிறேன்.

பீர் பாட்டிலை வாங்கிக்கொண்டு குடிக்கும் இடமான சாக்கனாப் பகுதிக்குள் நுழைந்தபோது ஒரே ஒரு நபர் அமர்ந்திருந்தார்.

சாக்கனாவில் கிடைத்துவந்த பொருட்களாவன: பட்டாணி, கடலை, ஊறுகாய், கோலா, சோடா, சுண்டல், பீடி, சிகரெட், தீப்பெட்டி, தண்ணீர் பாக்கெட் மற்றும் வசவு...

சாக்கனாக் கடைக்காரர் கறுத்துத் தடித்தவராகவும் வேட்டிக்கு மேலாக கைவைத்த வெள்ளைப் பனியன் அணிந்தவராயுமிருந்தார். அந்த பனியன் அந்த உருவத்திற்கே பொருத்தமுடையது.

எனக்கும் முன்பே அமர்ந்திருந்த குடியர், குவார்ட்டர் ஜின்னுடன் இருந்தார். அவரது முகக் கோணல்களிலிருந்து அவர் புதுக்குடியர் என யூகித்தேன்.

ஜின்னை ஒரு மிடறு விழுங்கிவிட்டு பதிலுக்கு இரண்டு மடங்கு எச்சிலைத் துப்பிக்கொண்டிருந்தார். சோடா கலக்கிக் குடிக்கத் தெரியாதநிலையில் தலை கவிழ்ந்திருந்த அத்தோற்றம் பாரவண்டியின் மாடு போன்றதே. பயலுக்குக் குடிப்பது எப்படி என டியூசன் எடுக்க வேண்டும்.

எனது பீர் பாட்டிலின் மூடியைத் திறந்தேன். சணலில் பிணையுண்ட 'ஒப்பனர்' பந்தல் மூங்கிலை உரசித் தொங்கியபின் மிளகாய்த்தூள் மினுக்கும் நிலக்கடலை வாங்கிக் கொண்டேன்.

"எனக்கு சம்பளம் ஒம்பதாயிரம் ரூபா" மேற்குத் திரும்பி நின்ற எனது காதை இந்தக் குரல் எட்டியதும் திரும்பிப் பார்த்தேன். நான் தவிர சாக்கனாவும் ஜின்னும்தான் அங்கே. சாக்கனாக் கடைக்காரருக்கு ஒன்பதாயிரம் கிடைக்குமளவு நாடு வளமடையவில்லை. ஜின் பார்ட்டி குத்துப்பட்ட கோழியின் பார்வையை நடுவாந்தரமாகக் கொண்டவாறு இருவரையும் பார்த்துக்கொண்டிருந்தார். நான் பீரின் இரண்டாவது மிடறை விழுங்கிவிட்டு, "அப்படின்னா ஒரு ஐநூறு

ரூபா கைமாத்து கொடுங்க" என்றேன். முன் அறியாத ஒருவரிடம் அப்படிக் கேட்டதில் என்னளவில் ஆச்சரியமில்லை. போதை மூடியைத் திறக்கும்போதே உலகின்பால் தீவிர அன்பு செலுத்துகிறவனாகவும் உரிமை கொண்டாடுபவனாகவும் நான் இருந்தேன். இப்போது திடமாகவும் இருந்தேன். அந்த ஆள் எழும்பிவந்தால் புரட்டிவிடும் தெளிவு இருந்தது. ஆனால், இந்த ஐநூறு விவகாரம் அவரையும் தெளிவுகொள்ள வைத்துவிட்டது.

"நான் இவருகிட்டே சொல்லிக்கிட்டிருக்கேன்" என, வெள்ளைப் பனியனைக் கைகாட்டியவர் என்னிடம், "ஏன் சார்! நான் குடிச்சிருக்கேன்னுதானே இப்படிக் கேக்கறீங்க" என்றார்.

"ச்சேச்சே... அப்படிக் கிடையாது. இந்த டயத்துலதான் உன்னதமாகவும் உண்மையாகவும் இருப்பீங்கன்னு அப்படிக் கேட்டேன்."

உன்னதம், உண்மை என்பதுபோன்ற எனது சொல்லாடல் அவரை வியப்பில் ஆழ்த்திவிட்டதுபோல.

"நீங்க பி.ஏ.வா?"

"இல்ல, எஸ்.எஸ்.எல்.சி.,"

"யூ...யூஆர் எஸ்.எஸ்.எல்.சி?"

"யெஸ்... அஃப் கோர்ஸ்"

"நோ... நோ...யூர் நாட் எஸ்.எஸ்.எல்.சி. ஐ ஆம் டீச்சர். எங்கிட்டே பொய் பேசாதிங்க."

பீரின் குளிர்ச்சியைக் கடந்து எனக்கு வயிறு எரியத் துவங்கியது. போதை ஆரம்பம்.

"நீங்க வாத்தியாரா சார்?", "ஆமா... ஒம்பதாயிரம் சம்பளம்."

"அதுதான் செல்லிட்டிங்களே."

"ப்ச். மூணுநாளா ஸ்கூலுக்கு லீவு. லீவு லெட்டர்கூடத் தரல."

"ஏன் சார்?"

"மனசு சரியில்ல. தண்ணியாப் போட்டுகிட்டு இருக்கேன். நீங்க வரலைன்னா செத்துருப்பேன்."

"யூ மீன் சூயிஸைட்!"

"யெஸ். தற்கொலைதான். பட் யூ ஆர் நாட் எஸ்.எஸ்.எல்.சி."

"சார். நான் எஸ்.எஸ்.எல்.சி.தான். நீங்க ஏன் தற்கொலை பண்ணணும். நான் பண்ணிக்கிட்டா அதுல அர்த்தமிருக்கு. எனக்குதான் வேல கிடைக்கல." இப்போது ஜின்னைக் குடித்தவர் எச்சிலை

விழுங்கிக்கொண்டார். வறுத்த பொட்டுக்கடலையை வாயில் போட்டுக்கொண்டார். "பொண்டாட்டி கூட இருக்க மாட்டேங்கறா. ஒம்பதாயிரம் என்ன பிரயோசனம்... நான்ஸென்ஸ்.. யூஸ்லெஸ்..."

"என்ன பிராப்ளம்?"

சார், இப்போது என்னைக் கூர்ந்து பார்த்தார்.

"சொல்றேன். நீங்க நல்லவரா இருக்கீங்க. யூ ஆர் நாட் எஸ்.எஸ். எல்.சி. வேணும்னா கிராமர்ல போட்டி வச்சிக்கலாமா? ஐ ஆம் கிராஜுவேட் அண்ட் பி.எட். ஆல்ஸோ."

"சார் உங்ககூட எனக்கென்ன போட்டி. நீங்க டீச்சர். கேவலம் நான் வேலையில்லாதவன்."

"உங்களுக்கு ஏதாவது செய்யணும். நான் செத்துப்போவேன். ஆனா அதுக்கு முன்னால ஏதாவது உங்களுக்கு செய்துட்டுதான் சூயிஸைட். உங்களுக்குத் தெரியுமா, அவங்க வீட்டுக்கு ஃபோன் பண்ணிட்டேன். ஃபோன் பண்ணீட்டுத்தான் வர்றேன். இன்னிக்கு நைட் செத்துருவேன்னு. நீங்க வர்லீங்காட்டியும் இன்னேரம் செத்துருப்பேன்."

எனக்கு அவரது உயிரைக் காப்பாற்றியதில் மகிழ்ச்சிதான். பீர் முக்கால்வாசியும் ஜின் முக்கால்வாசியும் தீர்ந்திருந்தது.

"நீங்க ஏன் சாகணும்?"

"பொண்டாட்டி விட்டுட்டுப் போய்ட்டாங்க."

"எத்தனை வருஷமா?"

"மூணு நாளா..."

"அவ்வளவுதானா?"

"அவ்வளவுதானாவா. உங்களுக்கு என்ன சார் தெரியும். இந்த நாலரை வருஷத்துல அவ என்னோட ஒரு வருஷம்தான் இருந்திருப்பா."

"ஏன் அப்படி?"

"அவங்க அப்பா அம்மா கூடத்தான் இருப்பாங்களாம். நானும் அங்கேதான் இருக்கணுமாம்."

"அவங்க எந்த ஊரு?"

"வெள்ளகோயில்."

"பக்கந்தான் சார். அங்கேயே இருந்திடவேண்டியதுதான."

"என்ன... வீட்டு மாப்பிள்ளையாவா? நோ. நெவர். ஐ ஆம் நைன் தௌஸன்ட். ஒன்பது போட்டு நாலு சைபர். அன்னிக்கு முடியும்...

இன்னிக்கு முடியாது.”

“அது என்ன சார். அன்னிக்கு முடியும் இன்னிக்கு முடியாது?”

ஜின்பாட்டிலைக் காலி செய்தார். சாக்கனாவுக்கு வந்து போகிறவர்கள் அவரவரது கலையிலும் நிலையும் கலைந்து போய்க் கொண்டிருக்க, எங்கள் படம் ஓடிக்கொண்டேயிருக்கிறது. நான் பதிலை எதிர்பார்த்து சாரை விழித்து நோக்கினேன். அவரை நேராகப் பார்ப்பதற்கு இமைகளை உயர்த்துவதற்குப் பதில் தலையையே உயர்த்தினேன். போதையின் ஏழு படிநிலைகளில் இது மூன்றாவது.

“ஓ... உங்களுக்குத் தெரியாதல்ல... நான் கட்டினது மாமா பொண்ணுதான் சார். சொந்தத் தாய்மாமா பொண்ணு.”

“சொல்லுங்க... மாமா என்ன பண்றாரு”

“அவரு ஹெச்.எம்.மா இருந்து ரிட்டயரானாரு. அத்தையும் ஹெச்.எம்.தான். இன்னும் சர்வீஸ்ல இருக்காங்க.” அவரது குரலில் கர்வம் தோன்றியது நியாயமாகவே எனக்குப்பட்டது. “நான் வேலை இல்லாம இருந்தப்ப பொண்ணக் குடுத்து வீட்டு மாப்பிள்ளையா வச்சாங்க... அப்ப சரி.. இப்ப...”

ஒருவிதமாக மைய நீரோட்டம் தட்டுப்பட்டுவிட்டது.

“இப்ப ஒன்பதாயிரம்... ஏன் சார்?”

“இதச் சொல்லியேதான் சார் எங்க மாமனும் அடிக்கடி பொண்ணக் கூட்டிப்போய் வச்சிக்கறாரு. எம் பையன... நான் பெத்த பையன் தொடவிடமாட்டேன்னு சொன்னவரு சார் அவரு.”

“அப்டியா!”

“வெளியே சொன்னா வெக்கக்கேடு சார். புள்ளத்தாய்ச்சியா இருக்கறப்ப கோவிச்சுக்கிட்டு அங்கே போய்ட்டா. எனக்குக் குழந்தை பிறந்ததே தெரியாது. காதக்கோட்டை தர்மலிங்க வாத்யாரு ஒருநாள் பாத்துட்டுக் கேட்டாரு, ‘என்னய்யா பையன் பொறந்தா சொல்ல மாட்டியா எங்களுக்கு’ன்னு. அப்புறமா புறப்பட்டு வெள்ளகோயில் போயி வீட்டுக்குப் போனேன். பக்கத்துவீட்டுப் பொம்பளகிட்டு கொடுத்துவிட்டு என் பையன் முகத்தக் காட்டறாங்க சார். ஆச ஆசயாக் கொஞ்சறதுக்குக் கிட்டேப் போனேன். மாமா வந்து கையத் தட்டிவிட்டு ‘தொடாதடா’ன்னுட்டார். மாமனார் மாமன்.?”

அவர் பல்லை நெரிப்பதற்கு போதுமான அவகாசம் கொடுத்துவிட்டு “கொடுமைதான்” என்றேன்.

“இது என்னங்க கொடுமை. நான் முதல் சம்பளத்தை அம்மாவுக்கு அனுப்பறேன்னு சொன்னதுக்கு அந்த ஆளு அலௌ பண்ணலை.

இத்தனை நாளா இங்கதாண்டா தின்னுக்கிட்டு இருந்தே அதுக்குள்ள என்ன பெருசா அம்மா... முதச்சம்பளம்னு வசனம் பேசறேன்னு கவரைப் பிடுங்கி வச்சுக்கிட்டார்.” .

தன் மகனை ஒரு சம்பளக்காரன் எனக் கண்டு ஒரு தாய் மகிழ வேண்டாமா? அதைக்கூட தட்டிப்பறித்த அவரது ‘மாமா சார்’ மீது எனக்கும் கோபம் வந்தது. ஒரு தார்மீக ஆவேசத்தோடு மணி பார்த்தேன். பதினொன்று ஆகியிருந்தது. ஊருக்கான கடைசி பஸ் போயிருக்கும்.

“எக்ஸ்கியூஸ் மீ சார். இவ் யூ டோண்ட்மைண்ட், நான் உங்ககூட ரூம்ல இன்னிக்கு நைட் தங்கிக்கலாமா?”

‘‘யூ ஆர் வெல்கம்’’ என்றவாறு கையை நீட்டினார். நான் அவர் கையைப் பிடித்து எழுவதற்கு உதவி செய்தேன்.

சாக்கனாக் கடைக்காரரிடம் திரும்பி “கணக்கு எவ்வளவு?’’ என்றேன்.

“பதினஞ்சு ரூபா.”

“நான் ஒரு கடலை... ரெண்டு ரூபா. சார் என்னென்ன வாங்கினார். சோடாகூட வாங்கினமாதிரித் தெரியலியே.”

எனது தெளிவிற்குப் பிறகும் மனந்தளராத வெள்ளைப் பனியன் “சரி..சரி..பத்து ரூபா கொடுங்க சார்” என்றார்.

நான் பத்து ரூபாயைக் கொடுத்துவிட்டேன். மூன்றரை மணிநேரம் எங்கள் பேச்சைக் கேட்டதற்கு நூறு ரூபாயே கொடுக்கலாம். அதற்கு மேலும் அவரை கணக்குக் கேட்கவில்லை. தெரிந்தே ஏமாறுவதில் தவறேதுமில்லை. குடியினால் நினைவுதப்பியதுகள் என முடிவு செய்ததுதான் ஏற்புடையதாயில்லை. நான் தள்ளாடாமல்தான் நடக்கிறேன். ஜின் போட்டதால் சார் லேசாகத் தடுமாறுகிறார். நண்டுக்கும் மனிதனுக்கும் இடைப்பட்ட நடையை அவர் முயலுகிறார். வெளிப்புறத்துள்ள பெட்டிக்கடையில் பழங்கள், சிகரெட்டுகள் வாங்குகிறேன். சார், தனது சட்டையில் பாக்கெட் இருப்பதையும் பாக்கெட்டில் பணம் இருப்பதையும் மறந்துவிட்டார். ஒன்றாம் தேதி கையெழுத்திட்டு ஒன்பதாயிரம் வாங்குவதைக்கூட அவர் தற்சமயம் மறந்திருக்கிறார். சிகரெட்டுகளுக்கு நான்தான் காசு தரவேணும்.

அனாமத்தாக ஒரு ஐநூறு கிடைத்திருக்கிறதே. சார் தராவிட்டால் என்ன. அவரது கரங்கள் வருங்கால மாணவர்கள் பலருக்கு முன்னேற்றம் தரவல்ல கரங்கள். பாவம் மணவாழ்வுதான் மலர்ச்சி தராமல் அலர்ஜியாக ஆகிவிட்டது. அவரோடு மனதால் மிகவும் இணைந்துவிட்டதான சொந்தத்தை உணர்ந்தநிலையில் கேட்டேன்.

"ஏன் சார், எந்த நம்பிக்கைல ரூமுக்குக் கூட்டிப்போறீங்க. காலைல நீங்க முழிச்சுப்பாக்கறப்போ எதயாவது எடுத்துக்கிட்டு அப்ஸ்காண்ட் ஆயிட்டேன்னா..."

"நோ. யூ ஆர் கிரேட். சிகரெட் ஒண்ணு பத்தவச்சுக் குடுங்க. எனக்கு லைட் பண்ணமுடியாது"

நான் அவருக்கு ஒரு சிகரெட் பற்றவைத்துக் கொடுத்துவிட்டு எனக்கு ஒன்று பற்றிக்கொண்டேன். அறைக்குச் செல்வதற்குமுன் சாப்பாடு சாப்பிடுவது அல்லது பார்சல் வாங்குவதுபற்றி எனது யோசனையை வெளியிட்டபோது தீவிரமாக அதை மறுத்தார். கடந்த மூன்று நாட்களும்கூடி மூன்று புரோட்டாக்கள் மட்டும் சாப்பிட்டதாயும் ஆறு புரோட்டாக்களை எறிந்ததாயும் தகவல் சொன்னார். தான் செத்துவிடுவேன் என்பதை உறுதியாய்க் கூறிய அவர், அதற்கு சாட்சி சாயங்காலம் வெள்ளகோயிலுக்கு பேசிய 'மரண முன் அறிவிப்பு' டெலிபோன்தான் என்றார். அவர் அவ்விதம் மரிக்கும் முன் எனது எதிர்காலத்தை மேம்படுத்த உதவிகள் புரிய தனக்கு தகவுகள் உண்டென்றார். '(வாழ்கிற) ஸ்டாலின், நேரு யாருடைய உதவியாவது அவசியப்படுமா? என அவர் கேட்டபோது, ஆமாமாம் தேவைப்படும் எனச் சொல்லி வைத்தேன். அவர் நீண்டகாலம் வாழ வேண்டும் என விரும்பினேன். மாடி ஒன்று ஏறி அவரது அறையை அடைந்தோம். வீடுதான் அது. இல்லக்கிழத்தி இல்லாவிட்டால் இல்லம் அறையாகிவிடுகிறது.

"பாத்ரூம் எங்கே?" என்ற எனது கேள்விக்கு சார், "யூரின் தானே... வாங்க" என ஓரிடத்தில் ஒன்றுக்கிருந்து வழிகாட்டினார். நானும் அவ்வண்ணமே இருந்தேன். பகலிலோ, போதையற்ற நிலையிலோ அங்கே மூத்திரம் விடுவதை கற்பனைகூடச் செய்திருக்கமுடியாது. உள் அறையில் நுழைந்ததும் நான் சேரில் அமர்ந்தேன். அவர் கட்டிலில் படுத்தார். குழந்தை இல்லாத தொட்டில் அறை மேற்கில் தொய்ந்தசைந்து கொண்டிருந்தது. குறிப்பிடப்பட்ட புரோட்டாக்கள் குப்பைக் கூடையில் வறண்டு கிடந்தன.

சார், தனது மரணம்பற்றியே அதிகம் பேசிக்கொண்டிருக்க, "ஏன் சார் நீங்க டைவர்ஸ் பண்ணீடக் கூடாது?" எனக் கேட்டுவிட்டேன். உடனே சார் அழத் துவங்கிவிட்டார். இதை எதிர்பாராத நான் "சாரி சார்" என்றேன்.

"இல்ல. அவங்க பண்றாப்ல இருந்தா டைவர்ஸ் பண்ணட்டும்" மனைவியைப் பெரும்பாலும் அவங்க என்றே குறிப்பிட்டார், "கேவலம் சத்துணவு ஆயாகூடச் சேர்த்து சந்தேகப்பட்டுட்டாங்க சார்."

எனக்குப் பரிதாபமாக இருந்தது.

“என்ன சார் இது. ஒன்பதாயிரம் சம்பளம் வாங்கிக்கிட்டு சாகாட்டி என்ன ?”

“சாகணும். என் குழந்தை மட்டும் இல்லீனா எப்பவோ செத்துருப்பேன். இன்னிக்கு நீங்க வந்து தடுத்துட்டீங்க. தேங்க்ஸ். தூங்குங்க...”

சார் தூங்கிவிட்டார். எனக்கும் அயர்ந்துவந்தது. சேரிலிருந்து கட்டிலில் கால்வைத்த விதமாக தூங்க முயற்சித்தேன். நல்ல பட்டப் பகல்போல டியூப்லைட் எரிந்தது. பசியைமீறி பீரின் நிறைவால் தூக்கம் வந்தது. தூக்கத்தின் வாயில் கதவைத் திறந்துவிட்ட நேரம் வெளியில் செருப்புகளின் அரவமும் பேச்சொலியும் கேட்டன. விழித்துவிட்டேன். அறைக்குள் ஒருவர், இருவர் என ஆண்களும் பெண்களுமாய் நூற்றுக்கணக்கில்... மூளையை உலுக்கி கண்ணுக்கு ஊக்கம் கொடுத்தேன். சரியாக ஆறுபேர். நான்கு ஆண்கள், இரு பெண்கள். இதில் முப்பத்தஞ்சு வயசு ஆள் ஒருவன் எனது சேருக்குக் கீழாகப் பார்த்து, “ஐயய்யோ ... என்ன இது” என அலறினான். நானும் குனிந்து பார்த்துத் திடுக்கிட்டேன். பாம்பு. இரண்டு நொடிகள் அறை மௌன மரணத்தில் உறைந்தது. பாம்பின் துல்லியமான நெளிவுகளில் அது பிளாஸ்டிக் பாம்பென உறைத்தது. தூங்கும் ‘ஜின்’ பார்ட்டி நிஜப்பாம்பு வளர்த்தியிருந்தாலும் வியப்பில்லை.

இதேநேரம் அறையில் தொய்ந்த தொட்டிற்சீலைக்குக் கீழாக ஒரு பிளாஸ்டிக் பேப்பர் நகர்ந்தது பாம்பையே நினைவூட்டிற்று. மங்காத அரவ பயம்.

“யாரு...யாரு ஃபோன் பண்ணினது?”

“இவருதான்” எனத் தூங்கும் சாரை கைகாட்டினேன்.

“நீங்க யாரு” என்றார், ஒரு பெரியவர்.

என்ன கேள்வி இது. இவரை தற்கொலையிலிருந்து காப்பாற்றியவன். இவருடன் உரையாடி ஊர் பஸ்ஸைத் தவறவிட்டவன். ஒரு நரைத் தலை சொட்டையனால் ‘நீங்க யாரு’ எனக் கேள்விக்கு உள்ளாகும்படி விதிக்கப்பட்டவன்.

“நான்... இவர ஒயின்ஸிலிருந்து கூட்டிக்கிட்டு வந்தேன்.” .

படுக்கையில் கிடந்தவரை எழுப்பி நிற்கவைத்தார்கள். சார் மலங்கி என்னைப் பார்த்துவிட்டு, “இவரு மட்டும் இல்லீனா நான் செத்துருப்பேன்” என்றார். மனைவி போன்றவள் அவரது நெஞ்சை நெட்டி, “ஏய்யா உசுரை வாங்கறே” என்றாள். பிறகு என்னிடம் வந்து “ஏங்க. அங்கியே குடிச்சிட்டு கிடந்தாரா?” என்றாள். .

“இல்லல்ல. ஸ்டெடியா இருக்கும்போதே கூட்டியாந்துட்டேன்.”

இப்போது அவரது தாடையை உத்தேசித்து அருகில் போனாள். ஒரு இடி. மனைவியேதான்.

குடித்த, குடிக்காத எந்நிலையிலும் அவர் அம்மணியை எதிர்கொள்வது சிரமம்தான் எனத் தோன்றியது எனக்கு.

இரண்டு ஆண்கள் அவரை கதவுக்கு வெளியே இழுத்து, "காருக்கு வா!" எனக் கட்டளையிட்டார்கள். எழுந்து போங்க என்று யாரும் சொல்வதற்குமுன்னரே மிகப் பொறுப்பாக அறைக்கு வெளியே வந்து மாடியிறங்கி கார் நிற்கும் தார்ச்சாலைக்கு வந்தேன். அறையைப் பூட்டிவிட்டார்கள். அவரோடும் எழுவரான அனைவரும் வந்து கார் ஏறினார்கள்.

கடைசி ஆளும் ஏறி கதவு சாத்தும்வரை யாராகிலும் என்னைப் பார்த்து விடைபெறும் தொனியில் தலையசைப்பார்கள் என்று எதிர்பார்த்து நின்றிருந்தேன். அவ்விதம் நடக்கவில்லை. கார் போய்விட்டது. மணி பார்த்தேன். 12.35. மின் விளக்கெரியும் நடுஜாம வீதியில் நானோ கதியற்று நின்றிருந்தேன்.

இந்திரவதம்

தபால், தந்தி, தொலைபேசி எதுவும் தேவையாயிருக்கவில்லை. காற்றின்மூலமாகவே செய்தி வந்துவிட்டது.

"பக்கத்து ஊர்ல ஊர்க்கிணத்துல பொணம் கெடக்குதாமப்போ" அவ்வளவுதான். எங்கள் கால்களுக்குக்கீழே இப்போது சைக்கிள் டயர்களும், பைக் டயர்களும் முளைக்க ஆரம்பித்தன. சுவாரஸ்யத்தை நோக்கி எங்கள் பயணம். கிணற்றுக் கல்கட்டின் உள்விளிம்பில் தலைகள் முளைத்து கண்கள் கிணற்றுப்பரப்பில் நட்டுக் குத்தியிருந்தன. ஆணா? பெண்ணா? உள்ளூரா? வெளியூரா? வயசு என்ன? நானும் ஒருவழியாக கூட்டத்தூடே புகுந்து இடம் ஏற்படுத்தி எட்டிப் பார்த்தேன். உள்ளே கட்டப்பட்ட கோணி ஒன்று மிதந்தது. நீர் மட்டத்துக்குமேல் ஆங்காங்கு பிதுங்கித் தெரிந்ததில் பிணம் கிடக்கும் நிலையை ஊகிக்க முடியவில்லை.

அந்த ஊர் மொத்தமும் முப்பதே வீடுகள். ஆகையால் உடனடி சர்வே ஒன்றை நடத்தி உள்ளூர்க்காரர்கள் யாரும் சாகவில்லை என உறுதிப்படுத்தினார்கள். பின் மூட்டையை வெளியே எடுப்பதுபற்றிச் சிலர் ஆலோசித்தார்கள்.

"எலந்தை முள்ளுக்கத்தையைக் கட்டி சாக்குமேலே போட்டு அப்பற மேலே இழுத்தறலாம்."

"கட்டில் ஒண்ண உள்ள இறக்கி நைஸா அதுமேல இதத் தள்ளியுட்டு இழுத்தறலாமப்பா."

"பாதாள சுதியைப் போட்டு இழுத்தறலாம். யார்கிட்ட இருக்குது."

"சுதின்னா ஊசின்னு அர்த்தம் கண்ணு. அதுனாலதா பாதாள சுதினு பேரு."

"அப்படியல்ல. உள்ளுக்குள்ளாற கெடக்கறதயும் தேடிப்புடிச்சு எடுத்தாறதால பாதாள ஜோதினு பேரு."

"அப்படின்னா அறிஞனக் கேப்போம். நீ சொல்லு அறிஞா! பாதாள சுதியா? ஜோதியா?"

ஓரமாய் தாடியை நீவிக்கொண்டிருந்த அறிஞன் என அறியப்பட்டவன் திடுக்கிட்டு உணர்வு பெற்று பாக்கெட்டிலிருந்து எதையோ எடுத்து இடது உள்ளங்கையில் போட்டு வலது பெருவிரலால் நசுக்கினான். பின் போதையான குரலில் "சுதிதான். சுருதி. பாதாள சுருதி. ஆகாய சுருதி, நீர் சுருதி, நான் சுருதி..."

"இன்னிக்கு அறிஞனுக்கு மீறிக்கிச்சு."

"பாவி மட்டைகளா. பொணத்த எடுங்கடான்னா தமிழாராய்ச்சியா பண்றீங்க..."

அன்றைக்கு ஒன்றும் பிணத்தை அப்புறப்படுத்துகிற வேலை நடக்கவில்லை. நானும் நண்பர்களும் ஊர் திரும்பிவிட்டோம்.

விஜயகுமார், "அங்கே போலீஸ் வராம வேலையாகாதுடா" என்றான்.

"ஏன். இவங்களே எடுத்தா என்ன?"

"எடுத்தவந்தான் போலீஸுக்கு அலையணும்."

அடுத்த நாள் அத்தனை கூட்டம் இருக்கவில்லை. இரண்டாம் காட்சிக்குத் தயாரானவர்களும், துர்நாற்றத்தைச் சகிப்பவர்களும் மட்டும் குழுமியிருந்தனர். பவுடர் தூவிய கைக்குட்டையால் மூக்கை மூடியவண்ணம் சிலர் எட்டிப் பார்த்தனர். இந்நிலையில், நான் வேலையில்லாமல் சுற்றுவதுபற்றி பெருமிதம்கொள்ள முடிந்தது. என்ன உற்சாகமாக உலகைக் கவனிக்கமுடிகிறது பாருங்கள். அந்த ஊரைச் சேர்ந்த எனக்கு மாமன்முறை வேண்டப்பட்ட ஒருத்தர் வந்து "நாறட்டும், நாறட்டும். ஏனுங்க மாப்ளே" என்றவாறு கடந்து போனார். இந்த ஊரில் சரிபாதி மாமாமார்களும், சரிபாதி சித்தப்பா, பெரியப்பாக்களும் இருக்கிறார்கள். சிலபேரை நன்றாகத் தெரியும். இவரை அவ்வளவாகத் தெரியாது. மாமா என்பது மட்டும் தெரியும். எங்கள் ஊரில் பார்த்தால் புன்னகைப்பதுடன் சரி. ஆனால் வாழ்த்து மாதிரி 'நாறட்டும், நாறட்டும்' என ஏன் சொல்லவேண்டும். நான் குழம்பிநிற்கையில் அறிஞன் என்னிடம் வந்து, "சாக்குப்பையில்

க.சீ.சிவகுமார் 109

சித்திரகுப்தனின் ஏடுகள் கிடக்கின்றன'' என்று சொல்லிக் கடந்து போனான். எனக்கு இந்த நிமிடம் போலீஸுக்கு ஃபோன் செய்து சாக்கு மூட்டையை அப்புறப்படுத்த வேண்டும் எனத் தோன்றினாலும், அந்த ஊரில் ஃபோன் இல்லாததால் எங்கள் ஊருக்கு வந்து போலீஸ் ஸ்டேஷனுக்கு ஃபோன் செய்தேன்.

"இன்னிக்கு முடியாது. நாளைக்குக் காலையில வாறோம். நீங்க வீட்ல இருங்க. உங்களையும் கூட்டிக்கிட்டுப் போறோம். இது வேற புதுத் தலைவலி...'' என்று போனை வைத்துவிட்டு, அடுத்த நாள் ஜீப்பில் வந்து என்னையும் கூட்டிப்போனார்கள்.

கிணற்றடி.

"ஒரு நாலு பேரை சாட்சி வச்சுகிட்டு தூக்கி எறிய வேண்டியதுதான். இப்படியா நாற விடுறது" என்றார் ஏட்டு. யாரோ பாதாளஜோதி என கொக்கிகள் நிறைந்த ஒரு கருவியை எடுத்துவந்து கயிற்றில் இணைத்தார்கள். நான் ஆச்சரியப்படும்வகையில் அறிஞன் முன் கை எடுத்து அதைச் செலுத்தி மூட்டையில் மாட்டி இழுத்தான். ஒரு பூவைப்போல அலாக்காக அது மேலே வந்தது.

"இது பொணம் கிடையாது" என்றார் ஏட்டு.

திருப்தி, ஏமாற்றம் இரண்டும் ஒருசேர அவரது குரலில் இருந்தது. சர்க்கைப் பிரித்தால்... பூனையின் சவம் அது.

"பொழப்பக் கெடுத்தீங்களே'' என்றவாறு போலீஸ்காரர்கள் புறப்பட்டுப் போனார்கள். சகிப்புத்திறம் கொண்ட சிலர் பூனையை புதைக்கப் புறப்பட்டனர்.

முதல் நாள் 'நாறட்டும், நாறட்டும்' என்று சொன்ன மாமன் முறைக்காரர் என்னிடம் வந்தார்.

"மூணு நாள் நாறுனதுக்கு உங்கமூலமா விடிவு கெடச்சுட்டது. இன்னிக்கு உங்களுக்கு நம்ம டிரீட்டுத்தான்" என, என்னை அங்கேயே இருக்க வைத்துவிட்டு மொபெட்டை எடுத்துக்கொண்டு எங்கள் ஊருக்குப் போய் 'சரக்கு' வாங்கி வந்தார்.

"வண்டில ஏறுங்க மாப்ள. அப்டியே தெக்க 'போதுப்பாறை' வரையிலும் போய் பேசிக்கிட்டு இருந்துட்டு வருவம்" என, வண்டியில் ஏற்றிக்கொண்டு வண்டியைத் தெற்குநோக்கிப் பத்தினார். பயணம் போகையில் இந்த தினம் குறித்தும் இவருடனான திடீர் நெருக்கம் பற்றியும் வியப்பாய் இருந்தது. நேற்றுவரை 'இவருடன் சேர்ந்து நீ மது அருந்தும் நாள் வரும்' என யாராவது சொல்லியிருந்தால் சிரித்திருப்பேன். ஆனால், நாகரிகத்துக்காகவாவது மறுக்க முடியாதபடிக்கு அன்பின்

திரவம்... ச்சே... அன்பின் தீவிரம் அசாதாரணங்களை நோக்கி ஈர்க்கிறது.

வேலி. அருகாமையிலுள்ள நிழலடர்ந்த பாறைத்திண்டில் அமர்ந்தோம். குடித்தவுடன் எறியும் டம்ளர், தண்ணீர்ப் பொட்டலம், சரக்கு, முறுக்கு எல்லாத்தையும் எடுத்துப் பாங்காக அடுக்குகிறார். அதனதன் இடத்தை அது அது தேர்ந்தெடுத்துக் கொண்டதுபோல் ஒரு தோற்றம். இந்த வேள்வி முடிந்தவுடன் சொர்க்கம் கிட்டும் என யாராவது சொன்னால் நம்பலாம்போலவும் இருந்தது.

“ரொம்ப ஆச்சரியமா இருக்குங்க மாமா. இந்த நிலையில் உங்ககூட உட்காருவேன்னு நெனச்சே பாத்ததில்லை... தயக்கமாக்கூட இருக்கு.”

“இதுக்கே தயங்கினா, நா எப்படி உங்கூடப் பேசுவேன். உன்கிட்டே நிறையப் பேசவேண்டி இருக்குது.”

“பேசுங்க மாமா.”

“பேசுவேன். ஆனா நாம பேசறது இப்படியே இந்த வேலிக்கால் ஓரமா மண்ணோட மண்ணா மறஞ்சு போயிடணும்” என்றபோது கண்கள் கலங்கி இரண்டாவது ரவுண்டில் இருந்தார். நான் முதல் சுற்றில் இருந்தேன். அந்தச் சுற்று முடிவுக்கு வந்து அடுத்து ரவுண்டின் பாதியில் அவர் குரல் கம்ம பேச ஆரம்பித்தார்.

“பொண்டாட்டி சோரம் போறதைப் பாத்துக்கிட்டு ஒண்ணும் செய்யமுடியாம இருக்கிறது கொடுமையில்ல?”

“ஆமாங் மாமா.”

“எனக்கு அப்படியாகிப் போச்சுடா” அழ ஆரம்பித்தார்.

இப்போது எதைப் பேசுவதும் அபத்தத்தில் கொண்டுவிடும் என்பதால் அமைதியாயிருந்தேன். அவரே மேலும் “கைப்பூட்டா ஒரு நாளைக்குப் புடிச்சு கருவறுக்கணும் நாய் மகனை... எந்தூக்கம் போயி எட்டு மாசமாச்சு தெரீமா”

“......”

“சிநேகிதன்னு நெனச்சுருந்தேன். புள்ளக்கி வச்ச பால்ல என்னமோ பண்ணமாதிரி பண்ணீட்டான்.”

“இப்படி ஒரு சந்தேகத்தோட ஏன் வாழறீங்க. டைவர்ஸ்...”

“ச்சே. கிடையாது. கொன்னுடணும். அதும் முடியாது. அதுதான் பூனையைக் கொன்னேன்.”

“பூனையா?”

“ஆமா. கிணத்துல கிடந்த பூனை. இந்திரன் பூனையாத்தான மாப்ளே வந்தான்.”

“பூனையா, சேவலா, ஞாபகம் இல்லீங்களே.”

“சரி கேளு. இது திருட்டுப் பூனை. காராட்டுப் பூனை. அன்னிக்கு ராத்ரி தூக்கத்தைக் கெடுத்தது. நான் தூங்கறதே அபூர்வம். வெறியில் அடிச்சுக் கொன்னுட்டேன். கேள்விப்பட்டிருப்பேல்ல பூனைக் காமம் ஊர்த் தூக்கத்தைக் கெடுக்கும்னு...”

“தத்துவம்மாதிரி பேசறீங்க மாமா.” “தத்துவந்தே... ஆனா பொம்பளைகளுக்குத் தத்துவம் புடிக்கறதில்ல மாப்ள. அவளுகளுக்கு அதுக்கு மேலயோ, அதுக்கு வேறயாவோ ஏதோ தேவைப்படுது... அது என்கிட்ட இல்ல.”

“இல்ல மாமா. ஆண்மையப் பத்தியெல்லாம் தயவுசெஞ்சு சந்தேகப் பட்டுக்காதீங்க. உங்க பையன் அச்சு அசலா உங்களைமாதிரியே இருக்கான்.”

“இப்பப் புரியுதுல்ல. குழந்தை மட்டும் அதோட நோக்கமில்லன்னு. கழுதை, அவளுக்கு முப்பத்தெட்டு வயசாச்சு இப்ப... ஆனா ஒண்ணு மாப்ள, இந்த மூணு நாளாத்தான் சந்தோஷமா இருந்தேன்.”

“சந்தோஷமா?”

“ஆமா. கட்டிப்போட்ட பூனை கெணத்துல மெதக்கறதப் பாக்கறது சந்தோஷம். பாத்துக்கிட்டே இருந்தா, சமயத்துல அந்தத் துரோகியே பொணமா மிதக்கிறமாதிரி இருக்கும். வீட்டுக்கு வந்து அவகிட்ட ‘அவன் செத்தாண்டீ’ன்னு சொல்லணும்னுகூட நினைப்பேன். ப்ச்...”

“ஆனா ஊர்க் குடிதண்ணியக் கெடுத்துப்புட்டீங்களே மாமா?”

“சீலங்கெட்ட ஊர்ல எல்லோரும் விக்கலெடுத்துச் சாகணும்.”

“அந்த ஒரு கிணத்துல தண்ணியில்லன்னா எல்லாரும் செத்துடவா போறாங்க. கிணத்துக்கு எத்தனையோ குடம். குடத்துக்கு எத்தனையோ கிணறு.”

“இது எங்கியோ கேட்டமாதிரி இருக்குது.”

“ஆனா நீங்க பண்ணின காரியம். பூனை கண்ணை மூடிக்கிட்டு உலகயே இருட்டுன்னமாதிரி இருக்குது.”

“டேய், மறுபடியும் பூனையைப் பத்திப்பேசறே பாத்தியா. பூனையை கையும் மெய்யுமா புடிப்பேன். அன்னிக்கு முழிப்பான் பாரு லவண்டி பாறையில பேண்ட பூனைமாதிரி... ஒரே போடு... போட்டுக் குளோஸ் பண்ணிடுவேன். அன்னிக்கு நெசமாவே பொணம் மெதக்கும்.”

அப்புறம் அவரை சமாதானப்படுத்தப் பெரும்பாடாயிற்று. ஒரு வழியாகக் கொஞ்சம் போதையிறங்கி அவர் சமாதானம் ஆகவும் நான் வண்டியில் உட்கார்த்தி வைத்து அவர் வீட்டில் கொண்டுவந்து இறக்கினேன்.

"ஏ... மானத்தைக் கெடுக்கறீங்க" என்றவாறு, அவரது மனைவி உள் அழைத்துப்போய் அவரைப் படுக்கவைத்தது. படுக்கையில் அவர் முதுகு சாய்க்கும் நேரம், "நீங்க குடிச்சுப் பாழாப்போறது பத்தாதுன்னு இப்ப சின்னப்பசங்களையும் "சேத்துக் கெடுக்கறீங்களா?" என்று கண்டிப்பொலி கேட்டது. பின் மகனைக் கூப்பிட்டு, "டேய் வண்டியில் இவங்ககூடப் போய் இவங்க ஊர்ல விட்டுட்டு வண்டியக் கொண்டாந்துரு" என்று சொன்னது.

அந்தப் பையன் வெளியே வண்டியை ஸ்டார்ட் செய்து கொண்டிருந்தபோது அந்த அம்மா என்னருகே வந்து தாழ்ந்த குரலில் "வெளியில சொல்லீராத தம்பி" என்றது.

நானும் அந்தப் பையனும் ஊர்க்கிணறைக் கடக்கிறபோது நிறையப் பேர் கிணற்று நீரை இறைத்து ஊற்றிக்கொண்டிருந்தார்கள். கிணறு இம்முறை சுத்தமாகிவிடும்.

பூனைகள்பற்றி உத்திரவாதமாய் ஏதும் சொல்லமுடியவில்லை. அந்த மாமாவின் பையன் மட்டும் "பாவம், அந்தப் பூனை" என்றான்.

காற்றாடை

காலத்தினதும் அனுபவத்தினதுமான ஒரு நான்கு வருடத்திய முட்கள் முகத்தில் கீறுவதற்கு முன்பு. தென்னைகளும் வழிந்தோடும் 'புழ'களும், அரபிக் கடலின் அருகாமையுமாக ஜீவிதமே மரகதப் பசுமையாய் திகைந்துவிட்டதான தோற்றம் கேரளத்தில் திருச்சூரில்.

அன்றைக்கு சனிக்கிழமை. சனியன்று சினிமாவுக்குப் போதல் நியமமாய் இருந்தது. நானும் லோகுவும் எந்தப் படத்திற்குப் போவது என்பதுகுறித்த கலந்தாலோசனையில் இருக்க, மச்சான், "ராகத்துக்குப் போங்கப்பா... ஏதோ நெடுமுடி வேணு நடிச்ச படம் ஓடுது" என்று பரிந்துரை செய்தார். நான் அனேகமாய் நெடுமுடியின் படங்களைத் தவறவிடுவதில்லை. மச்சான் சினிமாவை நிறுத்தி காலங்கள் நிறைய. ஆனாலும் அவருக்கும் நெடுமுடியைப் பிடித்திருக்கிறது. 'ராதையின் நெஞ்சமே' பாடல்கூட அப்படித்தான் இருவருக்குமே பிடித்திருக்கிறது. ராகம் தியேட்டருக்குப் போவதாய் முடிவெடுத்ததும் சில வினாடிகளில் உடைமாற்றித் தயாராகிவிட்டேன். உடைகள் விஷயத்தில் நான் அவ்வளவு கவனன் அல்ல. நான் கறுப்பே ஆனபோதும் என் சட்டைகளில் அனேகமாய் நீலம் கலந்திருக்கும். ஜவுளிக் கடைக்குள் நுழைந்தால் இந்த ஊதா என்னைத் தொற்றிக் கொள்கிறது. இத்தனைக்கும் ஸ்கூலில் ஏழு வருடம் யூனிஃபார்ம் என்று நீலக் கால்சராய் தரித்தாயிற்று. என்ன வண்ணமானால் என்ன, உடம்பை மறைக்கணும்.

லோகு புறப்பட நேரம் கடத்தினான். அவனுக்கு உடைகள் விஷயத்தில் அபார சிரத்தை. என்னளவில்,

உடை சமாசாரத்தில் சிரத்தையாய் இருக்கிறவர்கள் 'தன் ஆளுமை' குறித்து கருத்தும் கவனமும் கொண்டவர்களாயிருக்கிறார்கள். ஒருவழியாய் லோகு புறப்பட்டு வர, வீட்டிலிருப்போரிடம் விடைகொண்டோம். சுஸுகியில் சாவியைப் பொருத்தி வண்டியை நான் கிளப்ப எத்தனிக்கும்போது லோகு "தள்ளு, நான் ஓட்டுறேன்" என்றான். காரணம் இருந்தது.

நகரத்துக்குள் எனது சாரதீயம் ஆபத்தானதாய்க் கருதப்பட்டது. ஏனெனில், அவ்வப்போது காட்சியின்பத்தில் மூழ்கி கியரையோ சமயங்களில் பிரேக்கையோகூட நான் இயக்க மறப்பதுண்டு. தரிசன லஹரியில் உயிர் துச்சமாகிவிடுகிறது. பின்னால் அமர்ந்திருப்பவர்கள் என்ன பாவம் செய்தார்கள். ஆகவே, என்னைப் பின்னால் அமர்த்தினார்கள். நான் அனேகமாய் இருசக்கர வண்டியெனில் பின்னாடி; பஸ் என்றால் ஜன்னலோரம்.

லோகுவின் கைகளில் வண்டிக்கு இறக்கை முளைக்கிறது. திருக்குமரம் கூடத்திலிருந்து ரவுண்டானாவை நோக்கி வண்டி சீறிப் பாய்ந்து செல்கிறது. சூரியன் கடைசி சுவாசத்திலிருந்தான். வருகையின் மதர்ப்பில் இரவு வண்ணக் கோலத்தைப் போட்டு வைக்கிறது. குங்கும சந்தியை, மாலைக் குளியலுக்குப்பின் முடியின் நுனித்திரியில் முத்துச் சொட்ட 'மஞ்சள் பிரசாதம் நெற்றியில் சார்த்திய' பெண்கள், "எடோ... சினிமய்க்கா ?" என எதிர்கொள்ளும் மலையாள நண்பர்கள், "எந்தப் படத்துக்குப்போவ்?" என வினவும் எம்மவர்கள். குருவாயூர் ரோட்டில் பிரிந்துபோகும் டூரிஸ்ட் பஸ். படிஞ்ஞாரக் கோட்டை பஸ் நிறுத்தம். என்.டி.பி. பெட்ரோல் பங்க் எல்லாம் கடந்து எங்கள் பைக் வந்துவிட்டபோது எதிரில் அவன் வந்தான் நிர்வாணமாக.

இருபத்தேழு, இருபத்தெட்டு வயசிருக்கும். அலைச்சலின் பரிசாய் பூரண கறுப்பில் நிறம். தாடி இல்லை . கந்தல் சுமக்கவில்லை. வெற்றாய் ஏதும் புலம்பவுமில்லை. நூறு விழுக்காடு நிர்வாணம். முகத்தில்கூட ஏதோ விகசிப்பை உணர்ந்தேன். அவனைப் பார்த்த மூன்றாம் கணத்தில் என் பார்வை அவனது அந்தரங்கம் நோக்கித் தாவியது. சட்டென தலையைக் குலுக்கி மறுபுறம் திருப்பினேன். அதிலும் அவனது கவலைகொள்ளாத காத்திரம் என்னை மிக வியப்பில் தள்ளியது. சிந்தனையின் அடியடுக்குகளில் அதிர்வு பிறக்கிறது. பாரதியின் சாயலில், 'தனி ஒருவனுக்கு உடையில்லையெனில்...' என்று வரிக்கீற்று ஓடியது. எவ்வகையிலும் அவன் 'தனியாகிவிட்டான்.' தனியனாகிவிட்டானா? தன்யனாகிவிட்டானா? அவனை விளித்து என்னில் பொங்கும் அறுநூறு கேள்விகள்.

என்றிலிருந்து நீ இவ்வாறு ஆனாய்? காற்றையே ஆடையாய்க் கொள்ளும்படிக்கு உன்னை ஆக்கியது யார்? அல்லது எது? உனக்கு நிகழ்ந்தது என்ன? எதன்பொருட்டு இப்படி நீ அந்தரங்கத்துக்கு ஒளி

காட்டித் திரிகிறாய்? பரிதாபத்துடனோ, இச்சையுடனோ அன்றி அருவெறுப்புடனோ உன்னில் பாயும் கண்ணின் வீச்சுக்களை எவ்விதம் உணர்கிறாய்? எவ்வளவுக்கு மதிக்கிறாய்? அல்லது இவைகுறித்த சிந்தனா நரம்புகளை நீ இழந்துவிட்டாயா? ஆடைகளைச் சிறையெனவா உணர்கிறாய்? கல்லெறிகளை எப்படி எதிர்கொள்கிறாய்? ஒருக்கால், கற்களைத் தொடாத கரங்களின் அமைதியைக் கற்றுக்கொண்டு விட்டனரோ மக்களும் சிறுவர்களும்! பிறந்தபோது நீ நிர்வாணி. எனினும் பிறந்தது முதலே நிர்வாணி அல்ல. இடைதினங்களில் ஆடை போர்த்தப்பட்டிருப்பாய். தொடர்ந்த ஆடைபோர்த்தலை நீ முதன்முதலில் விலக்கிய உன்னத அல்லது மோசமான தருணம் எது? துகில் துறந்த கணத்தில் நீ உணர்ந்தது எதை சிருஷ்டி மகத்துவத்தையா? ஆன்ம மகாத்மியத்தையா? அன்றி மரணத்தின் ஆசுவாசத்தையா? மஞ்சளும் பச்சையும் சிவப்பும் வெளுப்பும் நீலமும் கறுப்புமாய் மக்கள் உடுத்தித்திரிவது உன் விழிமணியில் உறுத்தவில்லையா? உணவின் தேவையும், உணர்வின் தேவைகளும் உனக்கு இல்லையா? எங்களால் வெல்லப்பட முடியாத எவற்றையாவது நீ வென்றுவிட்டாயா? உன் நிர்வாணத்தில் ஏதும் சொல்லுதற்குரிய செய்தி உண்டா? மொத்தத்தில் நான் அறியவேண்டியது உன் அம்மணத்தின் தாத்பர்யம். மண்டையில் கூடு கட்டியது ஒரு பாறாங்கல்.

“லோகு, ஒரு காபி சாப்பிடுவோமே” என்றேன்.

“சரி” என்று லோகு, வண்டியை அருண் ஹோட்டலுக்கு எதிரில் நிறுத்தினான்.

காபி குடித்துக்கொண்டிருந்த என்னைப் பார்த்து லோகு, “உனக்கு என்ன ஆச்சு?” என்றான். “இல்ல, வர்ற வழியில ஒரு காட்சி” என்றேன்.

“ரசிச்சியோ?” என்றான் குறும்பாக. கிராதகன், அவனும்தான் பார்த்திருக்கிறான். பார்க்காமல்தான் என்ன செய்வது, எதிரில் வந்தால்.

“ச்சே. இல்லப்பா. அவனுக்கு ஒரு வேஷ்டி எடுத்துக் குடுக்கணும்” என்றேன். லோகு தனது பெரிய விழிகளால் பத்து வினாடிகள் என்னை ஊடுருவினான். மார்கழியின் பனி ஊசி. பிறகு கடிகாரத்தைப் பார்த்து விட்டு, “படத்துக்கு இன்னும் இருபத்தஞ்சு நிமிஷம் இருக்கு... ம்... சொல்லு. டிசைன்ஸுல எடுப்பமா? கல்யாண்ல எடுப்பமா?” என்றான்.

“ஏதோ ஒண்ணுல” என்றேன்.

“உங்க ஆளுகன்னா உனக்குத் தனீ கரிசனம்தான்.”

வேஷ்டி ஒன்று எடுத்துக்கொண்டு அவனைத் தேடினோம். என்.டி.பி. பக்கம்தான் சுத்திக்கிட்டிருப்பான் என்ற உத்தேசத்தில் தேடுகையில் இது தேவையா என்று ஒரு கேள்வி வந்து லேசாய்

இம்சித்தது. அதிகம் சிரமப்படுத்தாமல் அவன் கிடைத்துவிட்டான். வண்டியினின்று இறங்கிப்போய் வேஷ்டியை நீட்டவும் மறுக்காது வாங்கிக்கொண்டான். முகம் அலாதியானதொரு தெளிவிலிருந்தது.

"உம் பேர் என்னப்பா?" என்றேன்.

அவனோ, "சூரியன் கிழக்க உதிக்குது. மேக்க மறயுது. பசிச்சா சாப்புடறோம். நீங்க யாரு? நான் யாரு?" என்று கேட்டுவிட்டுச் சிரித்தவாறு போய்விட்டான். விக்கித்துப் போய்த் திரும்பிவந்தேன். லோகு, "அவன் என்னவோ சொன்னானே என்ன?" என்றான். அவன் சொன்னதைச் சொல்லவும், "அடப் பாவி!" என்றவாறே வண்டியைக் கிளப்பி வேகமாய் ராகம் தியேட்டருக்கு ஓட்டினான்.

ராகத்தில் படம் பார்ப்பதில் உபரியாய் ரசிக்கத்தக்க இரண்டு அம்சங்கள் இருக்கின்றன. ஒன்று சீட் வசதி, மற்றது மாடிக்குச் செல்லுகையில் சரிவாய் மேல்நோக்கிய சிவப்புக்கம்பளப் பாதையில் விளிம்பு கட்டி உயர்ந்துயர்ந்து நிற்கும் கண்ணாடிகள். படியேறுகையில் கண்ணாடியில் தென்படும் உருவங்கள் யாவற்றையும் ஒரு கணம் நிர்வாணமாய்க் கற்பித்துப் பார்த்தேன்.

படம் பார்த்துவிட்டு வீடு திரும்பினோம். மணி பத்தானாலும் பனிரெண்டு ஆனாலும் மச்சானுடன் ஒரு பாட்டம் பேசிவிட்டுத்தான் படுக்கை. எனக்கும் அவருக்கும் இடையில் மட்டும் அப்படியொரு சுவாரசிய சம்பந்தம். நாள் முழுதும் சேகரித்த அவசங்களும் கும்மாளங்களும் பேச்சின் சாக்கில் உடைப்பெடுத்து அதுவே பின் இறந்தகாலத்துக்கும் எதிர்காலத்துக்குமாய் விசுவரூபமெடுத்து சமயங்களில் விண்மீன்களில் உரசும். இன்றைய பிரதான விஷயம் 'நிர்வாணக் காட்சி'தான். நிர்வாணம் குறித்து அவர் பங்குக்குச் சில கேள்விகளை உற்பவிக்க... அந்த இரவு குழப்பமும், இமைகளும் கவிய தூங்கிப்போனேன்.

ஒரு நான்கைந்து தினங்களுக்குள்ளே அவனைப் பார்த்தேன். இடம் சரியாய் ஞாபகமில்லை. ஆனால், அவன் வேட்டி கட்டிக் கொண்டிருந்தான். ஒரு நான்கு நாளைய அழுக்கும் வேட்டியில் இருந்தது கண்டு நான் பெரிதும் மகிழ்ந்தேன். அவன் என்னைப் புரிந்துகொண்டவனேபோல் தலையாட்டினான். கண்களில் கேள்வி இருந்தது - இப்ப திருப்திதானா?

அன்றைய ராத்திரி மச்சானிடம் அந்தச் சம்பவத்தைச் சொல்லி சிலாகித்து விட்டுத்தான் தூங்கினேன். தூக்கத்தில் மிக அதிசயமான கனவு வந்தது.

பூரத் திருவிழா. வடக்கு நாதன் ஆலய வளாகம் நிரம்பிவழிகிறது. முத்துக்குடைகளும், யானைகளும் அணிவகுத்து நிற்கின்றன. மைய

யானையின்மேல் அவன் சர்வ அலங்கார பூஷிதனாக அமர்ந்திருக்கிறான். அமர்ந்தவண்ணம் ரோஜா வண்ணக் குடையை உயர்த்துகிறான். இருபுறமும் உள்ள யானைகளில் இருப்பவர்கள் வெள்ளைநிறக் குடைகளைத் தூக்கிப் பிடிக்கிறார்கள். குடைகளின் விளிம்பில் தொங்கும் வட்டஜிகினாக்கள் கண்பறிக்கின்றன. அத்தனை குடைகளும் ஒருமுறை தாழ்ந்து பின் எழும்புகின்றன. இரண்டாம் எழுச்சியில் குடைகளனைத்தும் தத்தம் மேல் துணிகளைத் தொலைத்துவிட்டு சடலங்களேபோல் நெடுங்குச்சியும் அதனில் கவிந்த வட்டக் குச்சிகளுமாய்க் காட்சி தருகின்றன. இப்போதும் அவன் மைய யானையின்மீதாகவே அமர்ந்திருக்கிறான். அவனோ, எனக்குப் பிடித்த நீலவண்ண உடை அணிந்தவனாய்த் தெரிகிறான். நான் சட்டெனத் தூக்கம் கலைந்தேன். தூக்கங் களைந்தேன் என்பதே பொருத்தம். பின் உறக்கம்கொள்ளப் பெரும்பாடாயிற்று.

இரண்டு நாட்களுக்குப்பின் குடியரசு தினம் வந்தது. குடியரசு தினத்தன்றும் சுதந்திர தினத்தன்றும் திருச்சூர் ரவுண்டானாவில் பள்ளி, கல்லூரி மாணாக்கர் அணிவகுப்பு இருக்கும். அணிவகுப்பை வேடிக்கை பார்க்க முன்மாலை நேரத்தில் கிளம்பினேன். நான் படிஞாரக்கோட்டை பஸ் ஸ்டாப் தாண்டிப் போகும்போது எதிரில் அவன் வந்துகொண்டிருந்தான் நிர்வாணமாக.

நிணநீர்ச் சுவடி

கடந்துபோன இன்றைய பின் அந்தியில் நீர் வற்றிய நெய்மணல் நதிக்கரையில் நிற்கிறேன். நதி முழுக்கவும் கரையாய் விரிந்திருக்கிறது. ஒரு பெரும் சிலையாகி நிற்கிறேன், பலப்பல சிலைகளில் ஒன்றாய். கனவா அன்றி அது நனவா எனப் புரியவில்லை. பற்பல சிலைகளாய் பலப்பல இடங்களில் வரிசைத்தோற்றம் கண்டதும் மங்கலென மறைந்து கடைசிச் சிலை வடிவில் நினைவுகொள்ளும் துல்லியம். கால்களுள்ள மீன்போலும், பேசும் திறனும் கொண்டாற்போலும் அரைத்திமிங்கில அளவு உருப்பெருத்த திணையறியாச் சிலை. அஃறிணையாய் இருப்பின் அதற்குத் துயரங்கள் குறைவென நம்பும்போது மகிழ்ச்சி ஒரு கோடெனப் படர்கையில் திடுக்குப்பென விழிப்பு நாட்டிற்று. விழித்த கண்ணிமைப் பீளையில் நதிமணல் ஒட்டியிருந்தது. நதிமணலைக் கைகளால் வழித்து முகம் துடைத்தபோது வீட்டின் பிரிந்தவரை தென்பட்டது.

அநாதரவின் பாலொளி எங்கும் வீசுகிறது. நிலவின் நீண்ட இறக்கை வெளிச்சம் புவி மேவிக் கவிந்திருப்பது ஊதா திட்டுகளுடன் எனது ஓட்டைக்கூரை வழியே காட்சிக்குக் கிடைக்கிறது. வேர் தேடி அலையும் மேகங்களின்கீழாக விருப்பங்கள் பெருக்கெடுத்து ஓடுகின்றன. பூக்களின் தொடுநாராகி என் கைகள் மாலையாகின்றன இக்கணம். தனியே கழற்றி உதறி எங்கேனும் சுயம்வரச் சங்குக்கழுத்தில் போட்டு விடலாம் எனத் தீர்மானிக்கிற நேரம் கைகளற்று உதறுவது எங்ஙனம் என்ற கேள்வியும் எழுகிறது.

எந்த நேரமும் பிரிந்த இக்கூரையின் தொடுத்த வண்ணமுள்ள நாட்டோடுகள் தலைமேல் விழலாம். விபத்தை எதிர்நோக்கியே தினமும் படுத்துவந்தாலும் விபத்துகள் விரும்பும்போது நிகழ்வதில்லை. ஓடற்றுப் போனால் வீடும் வெளியாகும். வெளி வழியே நிலவுகிற நிலவும் உடுமண்டலமும். தூரத்திலிருந்து நாய்க்குரைப்பு ஒற்றை கேட்கிறது. புலன்கள் சமதளத்தில் பாவப்பட்ட புலம்போலும் இந்த ஒலிச்சமிக்ஞை ஏதோ ஒரு விண்மீனின் சப்தமெனத் தோற்றுகிறது. ஒலியின் அதிர்வில் ஓர் அலாதியான கணத்தை இழந்து விட்டேன். திண்மை சரிவர இயங்கியிருப்பின் இந்த நாய் ஓலத்தின் பின்துணையில் எனது விண்மீனைக் கண்டெய்தியிருக்கலாம். தவறிப் போய்விட்டது. என் பெயரெழுதிய நட்சத்திரம் எதுவாயிருக்கும்? எத்தனை ஒளிக்காதங்களுக்கு அப்பாலிருந்து அது என்னை ஆட்டுகிறது? ஒருக்கால் எனது இயக்கங்கள் அதன் சிமிட்டல்களை நிர்ணயித்துக் கொண்டுமிருக்கலாம். அண்மைக் கோள்களுடன் அதன் தொடர்புதான் என்ன?

எனது கால் தரிக்காத சுற்றல்களிலும், இடம் பெயர்தல்களிலும், சலிப்புற்ற பாட்டி ஜாதகம் கையிலெடுத்து அலைந்திருந்தாள் ஜோசியர் பலரிடம்.

ஆயில்ய நட்சத்திரத்தினன். சொற்சாதுரியவான். மனோதுக்கன். சில நாட்கள் காட்டிலலைவான். இப்படிப் பலவிதமாயும் கண்டிருக்கும் திராட்சை வண்ண ஏட்டின் முதலாம் உட்பக்கம். எழுத்துச் சீர்திருத்தத்துக்கு முந்தைய வாத்துக்கள் அலைகிற வடிவ மொழிகள்.

சொற்சாதுரியவானுக்கு மனோதுக்கம் எதற்கென்றும், அலைவதற்கு காடென்றும் நாடென்றும் வேறுபாடு எதற்கென்றும் புரிந்ததில்லை நாளது வரையில். அதிலும் இந்தச் ‘சில நாட்கள் அலைகிற’ காரியக் குறிப்பு நகைப்புக்குரியது. கோடானுகோடி நாட்களின் திரட்டில் எந்த அலகில் சில நாட்களைக் குறிப்பது? சில நாட்கள் என்பது எத்தனை ஆயிரம் வருடங்கள்?

உயர் அழுத்தத்தின் வெப்பத்தில் தீப்பிடித்து அலைகின்றன என் மீச்சுடரிய தமனிகள், சிரைகள். சுருளும் நரம்புகளின் முடைநாற்றம். மண்எண்ணெய் குடித்து தீ விழுங்கினால் தேவலாம். புறங்கழுத்தில் பதிந்த வெப்ப மூச்சுகள் பயனிலியாயின. இன்பங்களின் பிடிசாம்பல்.

நெற்றிக்கண்ணுக்கு நேரே பொட்டலத்தில் தொங்குகிறது சாவு. அதுவே சுட்டுவிரல் நீட்டலின் உறுத்தலெனவும், உறுத்தலில் உணர்வுகள் துலக்கம்கொள்ள பின் துலக்கமே வலி என மிகுகிறது. இமை மையத்தில் கட்டெறும்பு கடித்துச் சதைபிய்ந்த வேதனை. கடுப்பு. அதிர்வலைகளற்ற சீரான வலிக்குத் துன்பம் பெருக்கும் சக்தியில்லை. இது இசிப்பு. மின்னல். வலிக்கு மின்னலுக்கு இணையான உவமையேதுமில்லை. மின்னலின் தோன்றும் நிழலோ நிரந்தரமற்றுத்தான்

இருக்கிறது. நொடியிற் தோன்றி மறையும் சுடர் நிழல் லயமற்று, நீர்க்குமிழிகளென அல்லது மனித வாழ்வைப்போல்.

அண்டக்கிளை முறியும் சத்தமுடன் மின்னல் வெட்டி மழை பொழியும் ஒரு நாளில் இந்த ஓட்டை வீட்டில் படுக்க வேண்டும். வடிவம் தவறிய மேகங்கள் பொழியும் அமிர்தத்துளியில் நாட்டோட்டின் கறை படிந்து திராட்சை வண்ணப் புள்ளியிடும் மேனியில் என் ஜாதக ஏட்டின் அட்டை நிறம்.

பால் சுரந்தபின்னும் தாகத்தில் அலையும் முகில் முலைகள் பார்த்துப் படுத்திருக்க வேண்டும். மழை வேண்டும். தலை துவட்டத் துண்டும் வீடும் வேண்டும். துண்டெடுத்துத் தர துணைக்கரம் வேண்டும். காதல் வேண்டும். காதல் வாழ்வு தரும். இணை திற வேதியியலின் விளைவில் புற பௌதீக உலகம் புரத எரிமங்களின் ஒருங்கில் சாத்தியமாகிறது. சாத்தியங்கள் இசைக் கருவிகளைச் சுமக்க வைக்கின்றன.

மூடப்பட்ட இசைக் கருவிக்குள்ளும், மூடப்படாத விரல்களுக்குள்ளும் இசை இருக்கிறது. நேற்றைய நள்ளிரவில் என்னோடு பேருந்து இறங்க நேர்ந்த ஒரு குடும்பத்தினரின் வயலின் பெட்டி இதைச் சொல்கிறது. கருநீல நிறமாயிருக்க வேண்டும் அந்த வயலினின் மூடாக்கு. இரவின் மயக்கத்தில் கருமைத்தோற்றம் கண்டது. இரு சிறுவர்களுடனான தம்பதிகள் கருவியும் கைக்கொண்டு எனது நிறுத்தம் கடந்து சிலுவைத் தெருநோக்கி நகர்கிறார்கள், மேலும் சுமைகளுடன்.

சுமைகள், எதிரிகள், நண்பர்கள்... வாழ்வின் நீள்போக்கே நிர்த்தாக்ஷண்யம் அல்லது வரம். சாமத்தில் ஒருமுறை சலம்பிவிட்டு அமர்கின்றன காகங்கள். வாதநாராயண மரங்களுக்கும் காகங்களுக்கும் அவ்விதமாயிருக்கலாம் ஒப்பந்தம். ஒப்பந்தங்களினாலும் நிர்பந்தங்களினாலும் சரிகிறது என் வாழ்வு. நெட்டி முறிக்கும் ஓசையோடு கனவுகள் தகர்ந்துமடிகின்றன மண்ணோடு. மண்... மண்... மீண்டும் மண். நிழலைப்போலவே பற்றிக்கொண்டு உதறிவிடாத மண்ணோ மரணத்திலும் புறக்கணிப்பதாயில்லை. கல்லறையில் மண் தின்னும் காயம். ஏற்கெனவே காயங்கள் புடம்போட்ட உடம்பு. காயமற்ற வாழ்வென்பது பிறந்தவுடன் இறக்கும் மழலைக்கு சாத்தியமாகிறது. பிறந்த மூன்றாம் நாள் மரித்தானாம் என்னினும் முன்னதாய் என் தாய் வழித்தோன்றியவன். தமையன். சுமந்து செல்லப் பாடை தேவையற்று முறமே போதுமானதாய் இருந்ததாம் பிண்டத்துக்கு.

புடைத்துத் தூற்றவோ புண்ணிய பாவக் கணக்கேதுமில்லை. பால்கட்டிய மார்புக்கோ பதில்சொல்ல அவனில்லை. பாலகன் மரித்தபின் பாவங்கள் எங்கு போய்ச் சூழும்? பீய்ச்சிச் சிதறிப்

பாலாவி ஆகியிருக்கலாம். அன்றிப் பிறகோர் சிசுவின் வரவு காத்து இரண்டாம் புத்திரனான என்னைத் தொற்றிப் பீடித்திருக்கலாம்.

உட்கொள்ளாத பாலின் உபத்திரவக் கணக்கு.

கணக்கற்ற துயரங்களோடு இடையிடையே இன்பமும் வந்து சேரும் சுயகொலை தேட முடியாதபடிக்கு. ஆகாயத்தின் பெரு மண்டபத்தில் இருந்து உதிர்ந்த அல்லது கருவறை இருட்டிலிருந்து வளி மண்டலத்தில் தள்ளப்பட்ட இந்த உயிர்ச்சுருதியின் கதிதான் என்ன?

அலைவுறும் ஒற்றைச் சிறகுதானோ ஜீவிதம். சிறகின் இழைப்பீலிகள் ஒன்றொன்றிலும் ஒளிந்திருக்கும் கதைகள் பலநூறு. பந்துமித்திர முயங்கிணைகளுடன் கூடியடித்த கும்மாளங்கள். பின், பிரிவுகள்.... பிரிவுகள். தொப்புள்கொடி அறுகிற நாளில் முதலாம் பிரிவு. ஸ்தூலமாயும், சூட்சுமமாயும் பிரிந்தபின்னும் பழகியகூட்டின் ஞாபகமாய் உயிரிலுடம்பில் பொதிந்துவிடும் சுவடுகள். மறக்கக் கழியாத சுவடுகள்மேல் திட்டமற்று லம்பும் மனக்குதிரை. சுவடுகள் எண்ணியும் தொலையாது, எண்ணாமலும் தொலையாது. உறுப்புகள் தொலைந்தாலும் உடமைகள் தொலைந்தாலும் சுவடுகள் தொலையாது. சாபங்கள் சங்கல்பம் பூண்ட ராத்திரிகளில் தூக்கம் தொலையும். சாபங்களும் அற்ற வாழ்க்கை சிலநேரம் வாய்த்துவிடுகிறது. செயல்கள் அற்ற வாழ்வு அயர்வுதருகிறது. சோம்பல் விரட்டி அயர்வு களையவும் அயர்வே விடுவதில்லை. அடுத்துச் செய்ய என்ன இருக்கிறது? செய்ததனால் ஆன பயனென்கொல்? செய்யாமல் மோசம்போனதென்ன சொல்?

“செய்யாமற் கிடக்கும் சோம்பேறி. கெட்ட பேராவது வாங்குடா வாழ்ந்ததுக்கு அடையாளமா! ஊய்க்காலி” வசனத்தைத் தொடர்ந்து அப்பா விட்ட அறை, இன்னும் இடது கன்னத்தின் உள் அடுக்குகளைக் கன்றச் செய்திருக்கிறது. உணர்வைத் தனியாய், மனசைத் தனியாய் பிரிக்க முடியவில்லை . பிரிக்க இயலுமெனில் முதலாவது காரியமாகப் பசியைக் கொல்வது என வைத்திருக்கிறேன். குடல் புழுப்போல தன்னைத்தானே தின்னும் வித்தையாவது கைகூடினாற் தேவலை. அவ்விதம் குறுகிக் குறுகிக் குழந்தைமை ஏகித் தேவை குறைந்த கடைசியில் புள்ளியாகி அதுவுமற்றுப் பின் காற்றணுவாகி...

காற்றணுவாகிற அதே கணத்தில் நான் இந்த வளிமண்டல அளவு பெரிதாய் உப்பியும் விடுவேன். ஏகன் அனேகன். அப்போது உயிர்ப்பசியெல்லாம் என் பசியாகி மலைகளை அரவணைத்து விழுங்குவேன். எனது விழுங்குதல் அன்புவயப்பட்டதாதலின் இரையெதுவும் பங்கமாகாது. நைவேத்யங்களைத் தேசலாக்குவேன். தேசலானால் என்னில் கற்பூரம் கமழும். பசி வதைக்கும் பறவைகளை

மெல்ல ஏந்தித் தினைப்புனம் சேர்ப்பேன். பசியறியும் காற்றுக்கோ, பகலுமில்லை இரவுமில்லை. பல்லாயிரம் மேனி தழுவுவதால் நிறமில்லை விரகமில்லை. ஹஹா... காற்றெனக் கனவுதல் சுகமாகவே இருக்கிறது. காற்று லேசானது. ஆயின் அரக்கனே! வாழ்வு கனமுடையது. நகத்தைப் போலவோ, பற்களைப் போலவோ மூதாதையர்களின் வேரோட்டம் அதில் இருக்கிறது.

முந்தா நாள் கனவில் பொக்கை வாய்ப்பள்ளமும், தோலின் நூற்றாண்டுச் சுருக்கங்களும், மர்மச் சிரிப்புமாய் வந்து கனவில் ஊளையிட்டதன்மூலம் என் இரவின் பீதியை அதிகரிக்கச் செய்தவள், முப்பாட்டனின் காதலியாய் இருந்திருக்கக்கூடும். வமிச நெடுவாந்திர ஆவளியில் காதல் கைகூடின காளையர் எத்தனை? கன்னியர் எத்தனை? கண்ணொருமித்த பின் சாதி வேறெனக் கண்டு பிரிந்தவர் எத்தனை நூறு? சாதிக்கு வயசு எத்தனை நூற்றாண்டு? அன்று கண நேரம் புன்னகைத்துக் கடந்துபோன பெண் என்ன கோத்திரம்? பார்த்தநேரம் மனதின் 'தனி ஊசல்' உயிர்பெற்று ஆடியதேன்? இவற்றின் தோற்றுவாய் எது? காதலுக்கும் மரணத்திற்கும் காரணி ஒன்றேயாய் இருக்கலாம்.

மரணத்தைவிட காதல் எளிமையானது. மரணத்துக்குப்பின் நான்குபேர் வேண்டுமென்கின்றன சொலவடைகள். காதலுக்கு இரண்டுபேர் போதும். இருவரின் பெற்றோர்களாக நான்குபேர் சேர்ந்து காதலுக்கு பாடை தூக்கிவிடுகிறார்கள். காதலைப் பற்றி யோசிக்கையில் மீண்டும் இடது கன்னம் வலிக்கிறது. இந்த ஒரு புள்ளியில் காதல்பற்றிச் சிந்திப்பதே வாழ்வுபற்றியும் சிந்திப்பதாகி விடுகிறது என் விஷயத்தில்.

பசி கடுமையாயிருக்கிறது. கடந்த முப்பது மணிநேரத்தில் மூன்று இட்லிகள் மட்டுமே சாப்பிட்டிருக்கிறேன் என்பதும் ஞாபகம் வருகிறது. இரவு உண்ணாத உணவு தூக்கத்திற்கு உதவாது.

கேவலம் பசிதானோ, ஆகாயத்துக்கும் இதயசுதல பாதாளங்களுக்கும் ஆட்டுவித்துக் கொண்டிருப்பது? பசி கடந்து மந்தித்த உணர்வுகூட வந்துவிட்டது. மந்தித்த நிலை மயக்கம் தரலாம் இனிமேற்பட்டு. மெழுகுணரும் பற்களின் ஊடாக உயிர் அரைபடும் சத்தம். ஓட்டைக்கூரை வழியாக நிர்மால்ய வெளி தெரிகிறது. உள்ளிருந்தால் உறக்கம்பிடிக்காதென வெளி வருகிறேன். நடந்துவருகையிலும் தவழும் நிலையுணர்வு. கதவைத் திறக்க கீல்களின் ஒலி. பசையற்ற வாழ்வு. எண்ணெய் காணாக் கதவு.

சில கதவுகள்தான் அற்புத உலகைக் காட்டத் திறக்கின்றன. சில பிரேத மேட்டின் கனவுகள். நிலைபொருத்திய நாளுக்கும் கதவு பொருத்தப்படும் நாளுக்குமான இடைவெளி வசீகரக் கனவுகள்

கொண்டதாய் இருக்கலாம். எல்லா கதவுகளுக்குமே புனிதமான சில தருணங்கள் வாய்த்திருக்கலாம். திடீரென ஒரு சுழிப்பேறில் கதவுகளின் சித்து விளையாட்டில் பிரேத மேடுகள் நந்தவனமாகிவிடும். என் கதவை அவ்விதம் நான் நம்புவது எப்போதும் அவசியமாயிருக்கிறது.

பாதாதிகேசம் என இரவு உடலுருவம் கொண்டுவிட்டதுபோலும். இரவின் முதுமை என நரை காண்கிறது வான்வெளி எங்கும். நிலா மறைந்து நேரம் மிக ஆகியிருக்கும். விண்கண்களின் ஒளியாட்சி மங்கிக் காண்கிறது. பகலின் பெரு வரவில் வெண்மை பூண்டு இரவு விடியலாம். உலகு என்மீது சுமத்திய தர்க்க நியாயங்களுக்கு வெளியே தனி நியாயம் என எதுவுமில்லை இங்கு. தனி ஒருவனுக்கு வேலை, சோறு, காதல் எல்லாமும் வேண்டியிருக்கிறது. என்னால் தீர்மானத்துக்கு வரமுடியவில்லை. பகல் தராத வெளிச்சத்தை இரவு தந்துவிட முடியாது. அப்பா சொல்வார்.

"டேய்! புத்தி பொழுது கிளம்பும்போது வரணுண்டா. பொழுது விழுந்த பிற்பாடு புத்தி வந்து பிரயோஜனமில்லை."

நல்ல தத்துவம். இரவுக்கும் பகலுக்கும் வரையறுதியிடுகிற பக்குவம் கூடவில்லை இன்னுமும் எனக்கு. தூரக்கிழக்கில் வெள்ளி முளைத்து விட்டது. கேள்விகளுக்கு முடிவேயில்லை.

காற்றின் கானகம்

பாதைகள் வகுபடாத முட்களுடன் கூடிய கானகத்தில் தொடைகளில் கீறல் விழ அவன் தொடர்ந்து மலையுச்சி நோக்கி முன்னேறினான், தன் கூட்டத்தைவிட்டு. கூட்டம் காமமும் களிப்புமாய் குகையில் கிடந்தது. குகையிருளைக் குவியல் சுள்ளிகள் சடசடக்கும் நெருப்பால் துரத்தின. நெருப்பின்மேல் தோலுரிக்கப்பட்ட பிராணி வௌவால்போல் தொங்கி முக்கால் வேகலில் இருந்தது. ஒன்று அல்லது இரண்டு எழுத்துக்கள்கொண்ட வார்த்தைகளுடனும் அசைவு களுடனும் மனிதர்கள் பேசிக்கொண்டிருந்தார்கள். பழக்கப்பட்ட சில பத்து வார்த்தைகளோடு மொழி ஒரு குழந்தையாய்த் தவழ்ந்தது. வெந்த இறைச்சியும் உடன் மனிதர்களுமான நீண்டநேர உறைவு அவனுக்குச் சலிப்பு தருவதாயிருந்தது.

மூளையில் சலனமெய்தினான். சலனம் மிகைப்பட்டபோதுதான் குகையிலிருந்து வெளியேறி மலைநோக்கி நடந்தான். வயிற்றில் மெலிதாய்ச் சுருண்டும் உடல் தளர்ந்தும் பசியின் உணர்வறிவு. வார்த்தைகளற்ற முனகலில் தனக்கேயான வேட்டையை ஆரம்பித்தான்.

மாலை நேரத்தில் மலையுச்சியை அடைந்துவிட்டான். அங்கே மரமொன்றின் கிளையில் தாவினான். தோளிலிருந்து திரண்ட சக்தியை விரல்களுக்கனுப்பி கிளைகளில் உராயவைத்து ஊஞ்சலாடினான். எலும்பு கடிபடும் முதல் சத்தத்தைத் தொடர்ந்து சத்தங்களுடன் கிளை முறிந்து விழுந்தது. விழுந்த கிளையை மரத்தின் தண்டில் சீராக ஒலிக்கும்படி தட்டினான். டர்ன்

கிளையைப் போட்டுவிட்டு களைத்து அமர்ந்தான். சூரியன் இறங்குவதை மலையுச்சியிலிருந்து அன்றுதான் பார்த்தான். கொஞ்சம் கொஞ் சமாய்ச் சூடு குறைத்து சுற்றளவும் அதிகப்படுத்தி சூரியன் மேற்கில் விழுந்தது. மாலைக்கும் இரவுக்குமான இடைவெளியில் வானம் காட்டிய வர்ணங்கள் கண்டு பிரமிப்பெய்தினான். கும்பல்களாயும், ஒற்றைகளாயும் அவன் தலைமேற் பறந்து பறவைகள் கூடேகின. இறக்கையின் ஒலி எழுப்பிய பறவைகள் தத்தம் கூடும் பொந்தும் கண்டு கால் பதித்ததும் மாறாத தங்கள் பாஷைகளில் கூவின. மிகக் கருகிப்போன இறைச்சித்துண்டுபோல இரவு அவனைச் சூழ்ந்தது. இரவைப்போலவே ராப்பாடி வண்டுகளின் ரீங்காரமும் சூழ்ந்தது. அவன் அவைகளைப்போலவே ரீங்கரிக்க முயற்சித்துத் தோற்றுக் கொண்டிருந்தான்.

பின், இரவின் இயல்பூக்க உந்துதலினால் அவளை நினைத்துக் கொண்டான். இசையைக் கண்டடையும் அவன் முயற்சியின் ஊற்றாக அவளே இருந்தாள். நேற்றைய முன்னிரவில் கூட்டத் தலைவன் அவளைப் புணர்ந்துகிடந்தவிதம் நினைவிலாடிற்று. இன்று காலை அவளது கண்களை விண்மீன்களைப் பார்ப்பதுபோலப் பார்த்தான். அவை எழில் ததும்பிப் பிரகாசித்துக் கிடந்தன. இப்போதும் விண்மீனைப் பார்க்கிறான். ஆவேசத்தோடு கைகளால் தரையைக் குத்தினான். பசியுடன் தாகமும் களைப்பும் மேவியெழுந்தன. குகைக்குக் காலை யில்தான் திரும்பமுடியும்.

கனவுறுதலின் காரணியாய் வந்துவந்து நின்ற அவள் நனவு நிலையிலும் பிரவாகமாய் அவனில் பெருகினாள். தொண்டையின் சாத்தியக்கூறு தருகிற சகல ஒலி வடிவங்களிலும் அவன் நட்சத்திரங்களுக்குப் பாடிக் காட்டினான் நள்ளிரவிலொருமுறை. அன்றொரு நாள் புதரிலிருந்து துள்ளிச் சாடிய முயல் ஒன்றைக் கல்கொண்டு கொன்றதற்காக வருத்தம் கொண்டான். களைப்பினாலும், காற்றின் வருடலாலும் தூங்கிப்போனான். காதருகில் கத்திய பறவையொன்றின் அலறல் கேட்டுக் கண்விழித்தான். பீளையில் தாக்கி கண்ணின் கருமணியில் பிரதிஒளித்த சூரியக்கதிர்கள் கூசவைத்தன. கண்களைத் துடைத்துக் கொண்டான். எதையாவது தின்னவேண்டும் அல்லது நீர்நிலை ஒன்றைத் தேடவேண்டுமென எண்ணினான். உண்ணத்தக்கதாய்க் கண்ட மரமொன்றின் கனிகள் மூன்றைப் பறித்துண்டான். நீரின் தேவை மிகப்பட தேடியலைந்தான். தண்ணீர் தேங்கிய பாறைக் குழி ஒன்று தென்பட்டது. மண்டியிட்டு உறிஞ்சினான். குகையைச் சென்றடையும் ஆசை குறைந்துவிட்டது. அலைந்து திரிந்தபின் நதியொன்றில் விழுந்தெழுந்து மூங்கில் மண்டிய வனத்தருகே போனான். கட்டுண்டு ஒன்றோடொன்று கிளைத்த உபரிகளால் பின்னிக்கொண்டு பிணைந்த மூங்கில் புதர்கள். அவற்றை அவன்

கடக்க நினைக்கையில் சீழ்க்கை ஒலி இனிமையாய்க் கேட்டது. அந்த ஒலி மனிதனுடையது அல்ல என்பது அவனுக்கு உடனடியாய்ப் புரிந்த அந்த நேரம் விசித்திரமாயும் இருந்தது. அசையாது அங்ஙனே நின்றுவிட்டான். காற்றின் பரிமித, அபரிமித, மித வீசல்களுக்கேற்ப ஒலிச்செறிவு வேறுபடுவதை அவதானித்துக் கண்களை விரித்தான். அவ்வொலியின் மூலாதாரம் ஆராயவேண்டி தினமும் அங்கே வர முடிவு செய்துகொண்டு குகைக்குத் திரும்பினான்.

கூட்டத்தலைவனும், பெருங்கிழவனும் அவன் இரவு காணாததைப் பற்றி விசாரித்தார்கள். மலை இருக்கும் பக்கமாகக் கைகாட்டினான் அவன். வேட்டைக்கு அழைத்தபோது முடியாதென மறுத்துவிட்டு குகையில் இடது ஓரமாய்க் கல் ஒன்றை தலைக்கிட்டுப் படுத்துக் கொண்டான். வேட்டைக்குச் சென்றோர் திரும்புதற்குச் சில நாழிகைகள்முன்னர் கண்விழித்தான். விழித்தபோது அருகில் அவள் அமர்ந்திருப்பதைப் பார்த்தான். தேடலின் கருப்பொருள் கிடைத்துவிட்டதான உத்வேகத்தோடு பாய்ந்து இறுக்கிக்கொண்டு அவளை முதன்முறையாய்க் கூடினான். சுவாசத்தின் ஆதாரங்கள் நெக்குவிட்டன. குருதியின் அணுக்களில் மூங்கில் காட்டின் இசை பீறிட்டுக் கொண்டிருந்தது. அவளது தோளைச் செல்லமாய்க் கடித்துவிட்டு குகையிலிருந்து வெளி வந்தான். மூங்கில் வனம் நோக்கி நடக்க ஆரம்பித்தான். எதிரில் வேட்டைக்குச் சென்று வந்தவர்கள் முறைத்தார்கள். உறுமினார்கள். பொருட்படுத்தாது அவன் சங்கல்பஸ்தானம் நாடிப் போனான். அந்த இரவை அவன் மூங்கில் புதரோரம் கழித்தான்.

இரவும் பகலுமற்று அலைதலின் ஆயத்தத்திற்கு வழி கோலியதா யிருந்தது அவ்விரவு. அதன்பின், மிருக வேட்டைகளுக்குச் செல்கிறபோதெல்லாம் ஒலிகளின் தாயகத்தை நாடிச் செல்வதாய் உணர்ந்தான். அவனது குறிகளுக்கு மிருகங்கள் எளிதில் தப்பிக் கொண்டன. ஒருநாள் காலை அவன் உணவுக்கு அமர்ந்திருந்தபோது, பெருங்கிழவன் அவனது இயலாமையைக் கூச்சலிட்டு மாட்டை இழந்துவிட்ட ஒற்றைக் கொம்பால் தலையில் அடித்தான்.

அவனோ, புதர்களைக் களைந்து ஆராய்கிறவனானான். ஒருநாள் அவனது தேடலின் அர்த்தம் துலங்குமுகமாக வண்டு துளையிட்ட மூங்கிலொன்றைக் கண்டு களிப்பெய்தினான். அதையே மாதிரியாய்க் கொண்டு சிறிய குழல் ஒன்றைச் செய்தான். சீரற்ற சீழ்க்கை ஒலிகளை அதில் வருவித்து வருவித்து மகிழ்ந்தான். அந்த மாலை நேரம் மிக மனோகரமாயிருந்தது. வேகமாய் குகைநோக்கி நடந்தவன் குகையை அடைவதற்குச் சற்று தூரம் முன் ஒரு பாறையின் சந்து ஒன்றில்தான் செய்த குழலைப் பதுக்கிவைத்தான். பின் வேட்டையாளர்களை

அந்திம நேரத்தில் தேடிப்போய் பறவை முட்டைகள்கூட இன்றி வெறுங்கையோடு திரும்பிவந்தான்.

பாறையிடுக்கில் மறைந்துகிடந்த குழலின் நினைவு அவனைத் தூங்கவொட்டாது அடித்தது. அது எழுப்பிய சீழ்க்கை வண்டெனக் காதைக் குடைந்துகொண்டே இருந்தது. காலை விடியக் காத்திருந்தான் நெடுநேரம். கவிய மறுத்த இமையைக் கசக்கி உயர்த்தியபோது அவளைப் பார்த்தான். தூங்கிக் கொண்டிருந்தாள்.

சுள்ளிகள் நீறுற்றுக் கிடந்த குறுதழல்ச் செவ்வெளிச்சத்தில் அவளை எழுப்பி இரண்டாம் முறையாக கூடினான். அரவம்கேட்டு விழித்த கூட்டத்தலைவன் அதைப் பார்த்தான்.

அடுத்த நாள் காலையில் வேட்டைக்கு லாயக்கில்லாதவன் எனக் காரணஞ்சாட்டி தலைவன் அவனைக் குத்திக் கொன்றான்.

எழுபத்தைந்து பவுர்ணமிகளுக்கப்புறம் அவனது வித்தில் அவளுக்குப் பிறந்த பெண் குழந்தை, ரகசியங்கள் தேங்கிய அந்தப் பாறையிடுக்கைக் கண்டு மண் நிறத்தொரு குழலைக் கண்டெடுத்தாள். மூளையிட்ட கட்டளைப்படி அவ்விளையாட்டுச் சிறுக்கி அதன் துளை வழியே ஊதிப் பார்த்தாள். காற்று துளையில் புகுந்து வெளியேறியது. வெளியேறிய ஆதி நாதத்திலிருந்து உலகின் சகல இசைக்கருவிகளும் தோற்றம்கொண்டு புவியை நிரப்பின.

தீண்டாநாயகி

கர்ப்ப காலம் முழுதும் அம்மா துயருற்றிருந்தாள். முன்பார வண்டியின் நுக அழுத்தலைப்போல மூச்சிரைந்தது. அவளோ, ஒரு மசக்கை நாளில் குப்பைமேட்டுச் சாம்பலில் விழுந்திருந்த நிலவின் வெண் இணுக்கு ஒன்றைத் தின்றிருந்தாள். நிலவின் நீலக்கறை ஒரு விரற்கடை அதிகரித்திருந்தது.

"பிரசவ நோவு கண்ட தினம் போலவே நித்தமும் பிதற்றுகிறாய்" என, சக பெண்கள் அவளைக் கேலி செய்து வந்தனர்.

வாடாமல்லிச் செடிக்கு வானம் நீர் பொசிந்த தினத்தில் அவள் பிறந்தாள். தோட்டத்திலிருந்த தகப்பனுக்குத் தகவல்போனது. மழைத்தோட்டத்தில் துளி ஓய்ந்தபின் இலைத் திவலைகள் மின்னிய வண்ணமிருந்தன. ஆகாயத்தின் விண்மீன்கள் யாவும் தாவரங்களில் திரவக் கண்ணாடிகளென திரிபெடுத்ததுபோல சூரியனில் ஜொலித்துக் கொண்டிருந்தன. தாளாத மகிழ்ச்சியில் அவன் தழைகளை நுகர்ந்து திரிந்தான். பின், முள் ஒன்றை எடுத்து மகளின் நிர்ணயித்த பெயரைத் திருகுகள்ளி ஒன்றின் மெழுகுப் பச்சைத் தண்டில் எழுதினான். பச்சையில் குபுகுபுத்து எழுந்தது பால் வண்ணம். பின் யுகாந்திரத்தின் துயரப் பொருக்கையென வடிவம் கட்டிச் சொரசொரத்தது. ஓடோடி வீடு வந்து சேர்ந்தான். உச்சிமுகர்ந்து போற்றினான் தாயையும் சேயையும்.

அவள் வளர்ந்தாள் - பாடுகளறியாத ஒரு பட்டாம்பூச்சியைப்போலே. தோட்டத்தின் பூ

மூலைகளில் அவளது ஏகாந்தம். மரங்கள் நிறைந்ததாய் இருந்த ஊரில் சாடித் திரிந்தாள்.

நிலவின் இணுக்கோ, உயிர்த்துள்ளலில் பன்மடங்கு வசீகரவியாபகம் பெற்றவாறிருந்தது. கூந்தல் கோதிப் போயின பறவைகள். அண்டமாநதியில் அவள் நீர் முகக்கப் போகையில் துவரையளவு வாய் திறந்து சிறுமீன்கள் பேசின "பாவம்! இவள் நிரந்தரத்தின் பேரழகி... நித்யயெளவனி." நிலவாழிகள் அறியாதவை நீர்வாழிகள் அறியும். யாரும் அறியாதவை ஒட்டுண்ணிகள் அறியும். வடிவழகியெனவே பருமெய்தி வளர்ந்தாள். அழகின் அமுதபோஷணை சிதறி வழியும் அவளது முற்றத்தில் குழந்தைகள் எப்போதும் ஆடிச் சுற்றி வந்தனர்.

இளமையின் உச்சநாள் ஒன்றில் தரித்து நின்றுவிட்டது அவளின் நெடுவாழ்வு. காலத்தின் தேர் உருண்டுகொண்டிருக்க அவளது இளமையோ நிலைகொண்டுவிட்டது.

'ஒரு வார்த்தை சொல் கண்ணே! உயிர் வேரில் மீண்டும் துளிர்க்கிறேன்' எனக் கவிதை எழுதியவனும் மரித்துப்போனான். சாமான்யனையும் ஓவியனாக்கிவிடும் அவளை வியந்து வரைந்தான் ஒருவன். அவளைச் சிலையென வடித்துப்போனான் சிற்பியொருவன். அதுவே பேரெழிலின் சிலாசாசனமெனத் திண்மையுற்றிருந்தது வாழ்வின் சன்னிதியில். தத்தமது அந்திமநாளில் அனைவரும் இறந்தனர்.

அவளைப் பார்த்துப் பசித்திருந்த ஓநாய்க் கண்களில் இப்போது கிலி தொற்றிவிட்டது.

தாத்தாவென அப்பா தோற்சுருக்கம் பூண்டபோது அம்மா காலமாகிவிட்டிருந்தாள். சக பெண்கள் அக்காக் கோலம் கொண்டு, பின் அம்மாவாகி, பின்.

அப்பாவும் மரித்த தினத்தில் மகிழம்பூ மர வீட்டுக்காரரின் குழந்தை அவளது கண்களைத் துடைத்து ஆறுதல் பகர்ந்தான்.

குழந்தைகள் குன்றாததாயிருந்தது எப்போதும் அவள் முற்றம். அன்பறாத் தூணியிலிருந்து அவள் மலர்களை எடுத்து விரித்தாள். மகரந்தத் துவர்ப்பில் குழந்தைகளைக் கிடத்தி மகிழ்ந்தாள், யாரோ வீட்டுக் குழந்தைகளை.

வாழ்க்கைப்பட்டுப் போகும் பெண்களைச் சாளரம்வழியே ஏங்கிப் பார்ப்பாள். இவ்வூர் வரும் பெண்களுக்கோ, தீராத மர்ம விசித்திரமாய் காட்சிப் புதிரானாள்.

மகிழம்பூ மரத்தடி வீட்டிளைஞன் வருவதை நிறுத்தியிருந்தான். இடையில் ஏதோ ஒருநாள் அவளைக் கனவில் புணர்ந்துமிருந்தான். எந்தப் பருவத்தில் அவளது முற்றத்தை நீங்குவதென்பது எல்லாக் குழந்தைகளுக்கும் மரபுவழிப் பாடமாய் இருந்தது.

தெருக்கள், வீடுகள் வடிவம் மாறித் திலங்கிக்கொண்டிருந்தன. அண்டமாநதியில் அணைக்கட்டு முடிந்த நாளில் மகிழ மரத்தடி வீட்டுக்காரன் வயது எண்பதாகிச் செத்திருந்தான். ஊரில் வேறு மரங்களும் இருந்தன. மரங்கள் அருகாமைகொள்ளாத வீடுகளிலும் குழந்தைகள் இருந்தன. அவர்களது பால்யத்தினை ஆவளின் முற்றத்திற்கு நேர்ந்திருந்தார்கள்.

மின்னலெனவோ, வானவில்லெனவோ வந்துபோகாது அவளில் நிரந்தர வானமாய்த் தங்கிவிட்ட யௌவனம் துர்க்கனவுகளின் பெருங்கூடாரம். நள்ளெண் யாமங்களில் கந்தர்வரும், கிங்கரரும் கனவுகளில் ஏகிய சஞ்சலம். பூக்களுடன் அவள் பகிர்ந்த வேதனையை வண்டுகள் ரீங்கரித்து அலைந்தன. விண்மீன்களை எண்ணிக்கை யிடத் தலைப்பட்டாள். உடுக்குழுமத்தில் தோற்றப்பிறழ்ச்சி தோன்றா திருக்கும்படி பகல் ஒரு வினாடியாய்க் குறுகிவிட்டிருந்தது அவளுக்கு.

அவளைத் தொட்டால் நேர்கிற அனுபவம் மரணமோ என இளைஞர்கள் பயந்தனர். தேவதை ஏறிய பெண். மங்காத் தங்கம் கொண்டு தீர்த்த வீணை. விரைவுகொண்ட எந்தத் தந்தியிலும் ஒரே சந்தம். யௌவனம். மாறாத சௌந்தர்யம். அதி ஆழத்தின் இழைகளென வடிவுகொண்ட கூந்தற் தொகையில் ஒரு நரை கண்டுவிடாதா என ஏங்கினாள்.

ஆயிரமாம் வரிகளில் தீராத பெருஞ்சோகம் ஏன் சுருக்கத்தின் ஒற்றைவரியைச் சருமத்தில் எழுதக்கூடாது? கன்னம்தான் குழியக் கூடாதா? கோட்டைக் கிணறின் கல்கட்டில் அவள் குடம் வைத்துப் பழகிய இடமோ குடத்தின் அளவே குழிந்துவிட்டது. வேறெங்கும் குடம்வைக்க இயலாதபடி அவரவர்க்கான பிரியமான சிரட்டை அகலக் குழிகளைக் கைப்பற்றியிருந்தனர் கிணற்றடி ஸ்திரீகள்.

அவள் வளர்த்த ஆடுகள், கோழிகள், பூனைகள் யாவும் இறந்துபட்டுக்கொண்டிருந்தன. அகாலங்களில் அல்ல; அதனதன் காலங்களில். அவளின் வேதனையை அவை உணர்ந்தனவா தெரியவில்லை. அவற்றின் மொழியறிய பிரயத்தனம் கொண்டிருந்தாள், ஊரின் மொழியேகூட மெல்லமெல்ல மாற்றம் பெற்றுவந்தது. பால் சங்கிற்கான உலோகங்கள் மாறியவண்ணம் இருந்தன. கருணையின் முலைகளிலோ மாறாத தோல்காப்பு.

நடமாடும் உயிர்த்திறத்தோடு கூடிய விக்ரஹம் போன்ற பிம்பம். கல்லாங்காட்டின் புறத்துப் புங்கமரவரிசையில் அவளது சோகபாரம் ஒரு தேனடையாய் அப்பியிருந்தது. தேனீக்களை அவள் எண்ணிவிடக்கூடும். விண்மீன்களுக்குமுன் தேனீக்கள் பொருட்டல்ல.

அந்திச் சாயைகளில் தேனெரியும் கொப்பரையெனவே வானம் சிவந்து படர்ந்தது. எரிந்து ஓய்ந்து கரி மிச்சமாகி கொப்பரை

தலைமேல் கவிழ்ந்துகொண்டது ஏராளம் சில்லு ஓட்டைகளுடன். சில்லுத் துவாரங்களின்வழியே தன் உயிர் போய்விடக்கூடாதா எனத் தேம்பினாள். தினமும் உப்புப்படரும் கன்னம் ஏன் அழுகித் தேன் வர்ணமாகி பின் கறுத்து முதுமைகொள்ளக்கூடாது என அரற்றினாள்.

குழந்தையாய் முற்றம் கிடந்தவர்கள் தடியூன்றித் தெரு கடக்கிறார்கள். காலத்தின் புளிவேதனை ரகசிய விழுதுகளாய் அவள் போகுமிடமெலாந் தொங்கிற்று. யாரும் அறியாத அதன் தூண் திண்மையை அவள் மட்டும் உணர்ந்து மிரண்டு, பதுங்கி நடந்தவண்ணமிருந்தாள். முடிவி லியாய் பகலிரவுகள்.

இன்றைக்கும் இரவில் ஊர் இருண்டுவிட்டது. முழு இருட்டல்ல. நிலவிருட்டு. பௌர்ணமி இருட்டு. காற்றின் குளிர் நிலவின் குளிரெனத் தோன்றியிருந்தது. குடத்தையும், கயிறையும் எடுத்துக்கொண்டு கோட்டைக்கிணறு நோக்கி நடந்தாள். கொள்வோரும் வெல்வோரும் அற்ற அழகின் பன்னெடும் காலப்பாதை. பழகிய பாதையிதன் மண்துகள்கள் கல்லாயிருந்த காலமுதல் அறிவாள்.

சுவர்க்கோழிகளின் சத்தமுடன் இருந்தது இரவுக் கிணறு. எட்டிப் பார்த்தாள்.

கிணறாழத்தில் நிலவு கிடந்தது மேகப் பரப்புகளினூடே. குடத்தில் முகந்து இந்த நிலவை தனக்குத் துணையாய் வைத்துக்கொள்ளலாம் என நம்பினாள். நிலைக்கப்பியில் கயிறைச் செருகி குடத்தை முடிச்சிட்டு கிணறுக்குள் வீசினாள்.

'திடுக்' ஓசைகளுடன் நீர்ப்பரப்பைத் தொட்டு சற்றே மிதந்து பின் நீர் முகந்து மூழ்கிக் கீழே... கீழே... கீழ்நோக்கி அது பயணித்தது. கோட்டைக்கிணறின் அடிப்பரப்பைப் பொத்துக்கொண்டு குடம் கீழே செல்ல ஆரம்பித்தது. கயிறு தீரவேயில்லை. இதுவரை அவள் சந்தித்த காலநீட்சி இப்போது நெடுங்கயிறென மாறிவிட்டிருந்தது. கீழே சென்றுகொண்டிருந்த குடம் ஏதோ ஓர் இடத்தில் பூமி துளைத்து மேலெழுந்தது. மேலும் கீழும், கீழும் மேலும், இரவிலும், பகலிலுமாக ஒரே நேரம் பயணித்தது. பின்னும் அது கண்டதொரு காற்று மண்டலம். ககனவெளி. நிலவு நோக்கி நீள்பயணம். நிலவில் கவிழ்ந்தது குடம்.

நிலவின் கிரணம் ஒரு நத்தைக் கண்ணென அவளைத் தொட்டது. உருளும் கருவிழி நிலத்துக்கும் நிலவுக்குமாய் அசைந்தது. யாவும் உணர்தலின் தொடு எல்லைக்குள் இருந்தன. உரிந்து சிவந்த கைகளோடு அவள் நின்றிருந்தாள். காலாதீதத்தில் ஒரு வெள்ளி முளைத்தது.

கன்னிவாடி

பரிதிச்சுடர் தகிக்கும் நண்பகற்பொழுதில் யுகாந்திரத்தின் கானலென வெம்மையே வெம்மையே கிடந்து சலனித்தது.

பெயர் தோன்றுமுன்னே பெருகி ஓடியது அண்டமாநதி. நதிக் கரையில் ஓர் அரசமரம் இருந்தது. அந்த மரத்தில் இருந்தது அது. மரத்தை ஒட்டிய காட்டுப்பகுதி வனமென மண்டியிருந்தது. முயல்களும் கரட்டான்களும் உடும்பும் பாம்பும் பறவையும் பட்டாம்பூச்சிகளும் உலவிப்பறந்த வனத்தில் பசி தாகமற்று அலைந்தவாறிருந்தது. அதற்கு மொழி என ஏதுமில்லை, மனிதத் துணை யாருமில்லை. மற்ற ஜீவராசிகளுடன் தொடர்பும் நெருக்கமுமில்லை. இக் கானகம் தனக்கேயானது என நம்பித்திரிந்து வந்தது.

கானகம் ஊடுருவிப் பயணித்த ஒருவனே இவ்விடம் மனிதர் குடியேற ஏற்றதெனக் கண்டுணர்ந்தான். தன் கூட்டத்தைக் கண்டு சொன்னான். "நாம் அங்கே செல்வோம்."

புத்தார்வத்துடன் புது நிலத்தில் கால் பதித்தது கூட்டம். இந்நிலம், தானியம் துளிர்க்க ஈரம் வைத்திருக்கிறது. தன்வயமானதும் தழைகள் மக்கியதுமான உரமுமுண்டு இதில். யோசிக்காத இடங்களிலும் தன்னில் கருப்பை வைத்து தானியங்களைத் தந்தது நிலம். மனிதர்கள் கூடியதில் ஊர் உண்டாயிற்று. வீடுகள் பெருகி, ஆடுகள் பெருகி செழித்தது வேளாண்மை. உயிர்நீர் தவழ்த்தி அதன் கூடுமுகத்தில் சந்ததிகள் தோன்றிப் பல்கியது ஊர். ஊரின் கடைசி வீடே ஊரெல்லை எப்போதும்.

ஒரு மாலையில் குளித்துக் கரையேறிய இளைஞன்தான் அதைப் பார்த்ததாகச் சொன்னான். அரசமரத்தின் அருகே அவன் வந்தபோது பகலின் அந்திம வெளிச்சம் மீந்திருந்தது. இலைகளின் சலசலப்பு காற்றினால் உண்டானதல்ல என அவன் உணரும்போதே அது மேலிருந்து குதித்தது. அவன் மிரண்டுபோனான். அது, பல ஆயிரம் வருடத்தைக் கடந்த அடையாளத் தோற்சுருக்கத்துடன் இருந்தது. அது நெருங்க நெருங்க அவன் விறைத்துக்கொண்டிருந்தான். அத்தனை முதிய உருவத்தை அவன் அதுகாறும் சந்தித்ததில்லை. அது தோற்சுருக்கங்களுக்கு மாறாக அபாரமான இளமையை முலையிலும் பெண்குறியிலும் கொண்டிருந்தது. கண்களோ, குழந்தையின் கண்கள் போல துல்லியமும் அறியாமையும் கொண்டிருந்தன.

சத்தமிடத் தோன்றாதவனாக நின்றிருந்தவனிடம் ஓர் அரச இலையை அது எடுத்துக் கொடுத்தபோது இரவாகியிருந்தது. அதன் வளைக்குகைத் தொடையிடுக்கு மேவத் தொடங்கி மார்பு சிறுத்துக் கொண்டே வந்து தட்டையானது. பின்போ அடைவிடம் தேடி விறைக்கும் வடிவத்தை அதன் தொடையிடுக்கு எழுப்பியிருந்தது. அவன் ஊர் நோக்கி ஓட ஆரம்பித்தான்.

கோட்டை மேட்டினருகே அவன் அதைக் கண்டதால் ‘கோட்டை முனி’ எனப் பெயராகி, அது காலத்தில் திரிந்துவந்தது. கோட்டை முனிக்குப் பீடம் உருவானது. திரியும் முனிக்குக் கதைகள் திரிந்து அது கோட்டைக்கிணற்றில் நீரருந்துவதாகவும் அதன் தலை கோட்டைமேட்டிலும் கால்கள் நத்தக்காட்டிலும் கிடப்பதாகவும் மார்பு, வயிற்றுப் பகுதிகளில் வீடுகள் அமைந்ததாகவும் ஐதீகமும் உண்டாயிற்று.

எப்போதும் இருக்கிற, எப்போதாவது மனிதர் கண்ணுக்குத் தெரிகிற முனி பீடத்திலிருந்து எழுந்து நடக்கத் தொடங்கியது. எண்பத்தேழு ஆண்டு கழித்து, இருபத்தியாறு ஆண்டு கழித்து, எட்டாண்டு கழித்து எப்போதேனும் அது காணப்படலாம். திட்டவட்டமான கணக்கு அதற்கு இல்லை.

பெரும் சோர்வில் ஒரு காட்டுக்கு மத்தியில் ஓடிய ஓடைப்பாதையில் படுத்திருந்தவனை முனி நெருங்கியது. முழங்கையை தலைக்கு வைத்துப் படுத்திருந்தான். ஓடைகாய்ந்து கொழிமணல் விரவியிருந்தது. மழைக்காலத்தில் ஓடும் ஓடையது. மலைக்கிளுவை மரம் ஒற்றைத்தனி நின்று அவனுக்கு நிழல் தந்தது. அம்மரத்திலிருந்து கத்திய தனிக்காகத்தின் கரைதலோ மல்லாத்திப் போட்டது உயிரை. இதயம் வெடித்து இக்கணம் உயிர் மாய்ந்தால் தேவலை என நினைத்தவனை முதுகுக்குப்பின் இருந்து தோளில் தட்டியது முனி. அந்த நேரம் காற்றின் வருகையைக்கூட விரும்பியிராத அவன் திடுக்கிட்டுத் திரும்பிப் பார்த்தான். முனி நின்றிருந்தது. மரணத்தை

மிக நெருக்கத்தில் உத்தேசித்திருந்த அவனுக்குப் பயம் தோன்றவில்லை. "நீ எமனா" என்றான்.

"இல்லை."

"விட்டுப் போய்விடு, என்னைத் தனியாய் விடு."

"சரி, வீட்டுக்குப் போ."

"எது வீடு?"

"உன் தகப்பனும் தாயும் இருந்த கூரை."

"எங்கும் போவதிற்கில்லை முனியே. இழப்பின் துக்கத்தில் இருக்கிறேன். அதை அறியமாட்டாய் நீ."

"இழப்பின் துக்கம் அறியமாட்டேனா நான்..." சிரித்தது முனி. அந்தச் சிரிப்பில் தலையூர் ஈஸ்வரன் கோயிலின் தெற்குப்புற மதில் இடிந்து விழுந்தது.

ஊரின் ஈஸ்வரன் கோயிலை, இரவில் காவலிட்ட சேவகனுக்கு முனிபற்றி பயமிருக்கவில்லை. தீப்பந்த ஒளியிலோ, நிலவொளியிலோ அவனிருக்கும்போது முனி வந்து அருகமரும். காற்றின் வருகை போலவும் அதை இயல்பாகக் கருதியிருந்தான் சேவகன். முனிக்கு மொழியைக் கற்பித்தவன் அவனே.

நிலாத் துணையிருட்டில் காலமற்ற காலத்தில் முனி அவனோடு இருந்தது. தலையூரிலிருந்து மாட்டுவண்டி கட்டி வந்திருந்தனர் ஈஸ்வரனைக் கடத்திப்போக. திடகாத்திரர்களாயும் நெடிய பெரிய கரியர்களாயும் இருந்தனர். கருவிகளோடு வந்தவர்கள் கோயிலுக்குள் நுழைந்தபோதுதான் சேவகன் விழித்தான். கத்தியை எடுத்துக்கொண்டான். கோயிலுக்குள் நுழைய சேவகனுக்கு வகை இல்லை. பறைகொட்டவும் சுற்றுக் காவல் புரியவுமே ஆணையும் அனுமதியும். சாமிதிருடிகள் வெளிவரக் காத்திருந்தான். முதலாமவன் வெளிவந்தபோது ஒரே வெட்டு. கழுத்தறுபட்டுச் செத்தான். அடுத்த வெட்டில் சேவகன் இறந்தான். அந்த வெட்டு கடத்தல் தரப்பிலிருந்து. பார்த்திருந்த முனியோ கருவிகள் பாவிக்கும் திறனற்று இருந்தது. லிங்கத்தை அவர்கள் வண்டியேற்றியபோது ஓடிச்சென்று வண்டி முன்னால் மறித்துப் படுத்தது முனி. மந்திரவாதியுடன் வந்தோர் முனிக்கு அஞ்சவில்லை. வண்டிச்சக்கரங்கள் முன் உடலில் ஏறி இறங்கின. நெடுவாழ்வில் வலி உணர்வை, ஆதிமுதலாய்ப் பெற்றது முனி. வண்டி கடந்தபின் திரும்பவும் ஓடி வண்டி முன்னால் படுத்தது. வண்டி ஏறி ஏறி இறங்கியது.

தலையூர் எல்லையோடு திரும்பிவிட்டது முனி. ஊரிலிருந்து தலையூர் வரை முப்பத்தி ஐயாயிரம் ரத்தத் தடயம் உள்ளது

என்றனர் ஈஸ்வரனை இழந்த மக்கள். அந்த ரத்தத் தடம் அழியாமல் இருந்தது பல மழைக்காலம். தலையூர் தடத்தில் முனியின் குருதி வாடை என்றென்றைக்குமாக காற்றில் உறைந்துவிட்டது. அதன் வாசம் உள்ளளவும் இடிந்த மதில் இடைவெளியில் பழைய ஊரைப் பார்த்தவாறு தலையூரில் பரமசிவன்.

தளர்ந்து திரும்பிய முனியோ, ஊர் இடுகாட்டில் சூரியநாராயணன் கோயிலின் தென்னுள்ள நடுகல்லின்கீழ் கிடந்துறங்கியது. விழித்தெழும் நேரம் அந்த நடுகல்லில் பொறித்த ஆணுருவத்தைத் தடவிக் கொடுத்தவாறு இருந்தது. ஆநிரை காத்து அழிந்து சான்றுபட்ட எவனுக்காகவோ பன்னெடுங்கால முன் நிறுவிய கல்வெட்டு. மாட்டு மந்தை காக்க மாற்றானோடு பொருதி மாண்ட மாவீரனுக்கு நட்ட கல். நடுகல் பெறாத தியாகிகள் மரணமோ புதைகுழிமேல் வளரும் புற்களால் அர்த்தமாகும்; அன்றி பூமரத்தால் பொருள் பெறும்.

அன்றிலிருந்து முனி எவர் கண்ணுக்கும் தென்படாமல் காற்றோடு காற்றாய் மறைந்தது. நிழல் கவியும் கணநேரங்களில் பயணித்தது. விருப்பமான தெய்வங்களோடு பேசியது. அதன் பருண்மை உருவமோ எப்போதாவது தட்டுப்பட்டுவந்தது. எட்டாண்டு கழித்து... இருபத்தாறு ஆண்டு கழித்து... தொண்ணூறு ஆண்டு கழித்து... யாருக்காவது.

ஈஸ்வரனை இழந்த ஊர் விஷ்ணுவுக்கெனவும் ஆகிவந்தது. ஸ்ரீரங்கத்து ஆயனைத் தொழ வகைப்பாடறிந்த மக்கள் 'கண்ணர்' குலமாகினர். வாழிடமிது 'கண்ணர்பாடி' ஆயிற்று. மதுக்கரைச் செல்லாண்டியம்மனின் அடையாளப் பிடிமண் மணலூரில்.

அம்மா உன் துணையோடு எங்கள் வாழ்வு தொடங்கிற்று. கண்ணீரில் எங்கள் வாழ்வு. மண்ணில் நாங்கள் நடக்கத் தொடங்கியதும் மாதங்கள் நகர்ந்தன. மானிடர் எத்தனையோ - அதில் நாங்களும் சேர்ந்தோம். மகன்களுக்கு உன்மீது எப்போதும் நம்பிக்கை உண்டு. கோயிலுக்கு வருவதுபோல் தோன்றுவதில்லை. எம் தாய் மணலூரில் இருக்கிறாள். அவளைப் பார்க்கவேண்டும். ஏழேழ் ஜென்மமும் உன் துணைவேண்டும். பாதையில் கல்லும் முள்ளும் கடந்தால் பசுமை வரும்.

தொழுது கடைத்தேற லோகமாதா என விளித்துப் பட்டிக் காணிக்கைகள், பாத காணிக்கைகள். மழையை நம்பி மண். மண்ணை நம்பி உழவர்கள். உழவர்கள் செல்வமென நம்பிவைத்திருக்கிற கால்நடைகள். வானமே கிருபை செய்யவேண்டும். கொலு பிளந்த நிலத்தில் விதைகள். வியர்வையும் நீரும் பாய்ச்சி அறுவடை.

கண்ணர்பாடியோ மருவி கன்னிவாடி என வழங்கலானது.

“தழும்புகள் உண்டா உன்னுடம்பில்?” என்றான் ஓடையில் கிடந்தவன்.

“தழும்புகளை, தோலின் சுருக்கங்கள் மறைத்துவிட்டன. என் காலம் நெடியது.”

“என் காலமும்தான்.”

“என்ன உன் சோகம்?”

“அவளது ஞாபகம் போற்ற ஒரு குழந்தைகூட இல்லை.”

“போனமுறை நான் பார்த்தது உனது அத்தையோ, பாட்டியோ வேறு உறவோ, உன் உறவில்லாதவளாகவோ இருந்திருக்கலாம்.”

வெள்ளிகிழமை அதிகாலை நேரம். அந்தப் பெண் வீட்டிலிருந்து இறங்கினாள். தூரக்கிழக்கில் ஒளிரும் வெள்ளியைப் பனியின் தூவானம் மறைத்திருந்தது. கோட்டைக் கிணறின் நீர் கோரிக் குளித்து மேற்கே வந்து முனியைச் சுற்றினாள். முனி பீடத்தின்முன் நிறுத்திய வேல்களின் முன் ஈர உடுப்போடு விழுந்து எழுந்தாள். விழுந்த இடத்தில் நீர் நனைந்து சிதறிய பெண் வடிவம். முனி விழித்துக்கொண்டது. அதன் பருண்மையின் சலனவிழிப்பு. எழுந்து தெற்கேபோகிற பெண்ணின் முடிநுனிநீர் சொட்டும் தடத்தில் பின்தொடர்ந்தது. அவள் பனைக் கூட்டத்தில் புகுந்து ஆண்டிச்சியம்மனை தேடிப் போனாள்.

அண்டமாநதி தீரத்தில் தீராப் பனைகள் விரவிக்கிடந்தன. பனையுள்ள தீரமெல்லாம் பதியென வழங்கலாயிற்று. பனைகளை நம்பிவந்த கூட்டம் தெற்கிருந்து வந்து குடியேறி வமிசங்கிளைத்தது. மண்ணாங்காட்டுப்பதிக்கும் சாம்பக்காட்டுப்பதிக்கும் இடையே பொன்னாண்டிச்சியை அமர்த்திக் கும்பிட்டது.

கோட்டான்கள் உறங்கும் அதிலிரவில் பனையேறிகளின் விழிப்பு. ஆயத்தங்கள் செய்து இடுப்புக் கயிறும் திலாப்பும் இடுக்கியும் பாளைக்கத்தியுமாய் பனை நாடினர்.

பனைக்கும் பருவங்கள் உண்டு. பதநீர்க்கென்றும் நுங்குக்கென்றும் சுட்டுத்தின்னும் சேகாய்களுக்கென்றும் மண்ணுக்குள் கத்தி பாய்ச்சும் அதன் கிழங்குக்கென்றும்.

பாம்புகள் சரசரக்கும் அபாயம் கடந்து, புற்களின் பனி மென்மையைக் கால்களால் விலக்கி நடந்து பனையேறிப் பதநீர் வடித்தனர். சீவப்பட்ட பாளையிலிருந்து மனிதனைக் களிப்பிக்க கள் சுரந்தது முட்டிகளில். முட்டிகளும் கார்த்திகை அகல்களும் தன்மையுடன் நீர் காக்கும் பானைகளும் குலாலர்கள் ஆக்கியவை. சுட்ட களிமண்ணும் ஓடென உறுதியாகிறது. நீர் தாங்குவதும் களிமண்ணே; நெய்தாங்கித் திரி மணந்தெறியும் சிறுவிளக்கும் களிமண்ணே. பொற்கொல்லனின்

பட்டறையில் தணலும் உமியைத் தாங்கி நிற்கிறது வாயகன்ற மண்கலம். கலத்தில் தணல். விளக்கில் சுடர். நம்பித் தொழுதேற்றிய அகல்விளக்கு. அவள் வதனத்தின் முழுக்குசுரத்தின் மீந்த துளிகளில் செம்மஞ்சளாய் ஒளிர்ந்தது சுடர்.

அடுத்து ஒரு மழைக்காலத்தில் உருவங்கொள்வதற்கு முந்தைய முனி மீண்டும் வந்து தன் பீடத்தில் உறைந்தது.

"தவமாய் தவமிருந்து என் தங்கத்தைப் பெற்றவள். அது என் அத்தைதான். அவளை அறிவாயா?"

"உனது பிறப்பையும் நான் அறிவேன்."

பெரியவீதியில் வெய்யில் அடித்துக்கொண்டிருந்தது. அந்தப் பெண் மூச்சிரைத்தவாறே நடந்து வந்துகொண்டிருந்தாள். உடல் வேறாகவும் வயிறு வேறாகவும் உணர்கிற நிறைசூலி. மெல்ல வந்து தன் வீட்டில் அமர்ந்தாள். மரணத்தைவிட பிறப்பின் வலியே அதிகம். "அம்மா" என்று அலறினாள், எட்டு வீடுகளுக்குக் கேட்கும்படியாக.

ஆண்களும் பெண்களும் திரண்டு வந்தனர். ஆண்கள் ஒதுங்கிக் கொள்ள, பெண்கள் அவளை வீட்டினுள் கூட்டிப்போனார்கள். புரள முயற்சிக்கும் எத்தனத்தில் உடலசைவு மட்டுமே மீந்தது. புரள முடியாததை வேதனையின் சத்தமாய் மாற்றிக் கூவினாள். கூரையைப் பொத்துக்கொண்டு சத்தம் நாலாதிசைகளிலும் எதிரொலித்தது. தெற்கே கண்ணசந்திருந்த முனி விழித்துக்கொண்டு புன்னகை புரிந்தது. 'காலமே நீ இந்த மண்ணுக்கு ஒரு குழந்தையைத் தந்தாய்.' குழந்தையை மண்ணில் படாமல் தாங்கிக்கொண்டார்கள் தாயார்கள். தாயின்மீது மோதியிருந்த கோள்களின் வலி நீங்கித் தளர்ந்து படுத்திருந்தாள். சிசு, இனி எதிர்கொள்ளும் வாழ்வின் மொத்தத் துயரத்தையும் பிரசவநேரத்தில் வலியாய் அவள் அனுபவித்திருந்தாள். நேற்றும் நாளையும் தாயானவர்கள் குழந்தை மண்ணில்படுவதற்கு வெகுகாலம் அனுமதிப்பதில்லை.

புன்னகை புரிந்த முனியோ, வஞ்சியம்மன் கோயிலுக்குச் சென்றது. ஆட்களுக்குத் தென்படாவண்ணம் அது காற்றில் கரைந்து மேகங்களின் கீழாக வான்வழியே படர்ந்தது. மெல்ல ஒரு குளுநிழல் ஊரில் கவிந்த மாயத்தில் அது வஞ்சியம்மனின்முன் நின்றிருந்தது. நினைத்த இடத்திற்குப் போக முனிக்கு ஒரு வினாடியே பிடித்தது. அந்த வினாடி இடைநேரத்தில் முனி இரு இடங்களிலும் ஒரே நேரத்தில் இருந்தது.

குழந்தை பிறக்கிற நாளில் மரணத்தையும் நினைத்துக்கொள்ளும் போது, முனியின் கண்ணீர் தூறலெனப் படபடக்கும் எப்போதாவது.

"அவள் குழந்தை பெற்ற நாளில் மழை பெய்தது" எனப் பெண்கள் வியந்து பேசினார்கள். எதிர்பாராதவைகளைக் கோர்த்து சந்தோஷம் பெறும் வல்லமை அவர்களுக்கிருந்தது.

மண்ணறியப் பலநாள் ஆகும் பூஞ்சிசுவின் வாழ்வு முடிவில் மண்ணுக்குள்ளேயே போவதுபற்றிய வியப்புத் தீரவில்லை முனிக்கு.

"பிள்ளைப் பேறின் போதே பிணவாடையும் தெரிந்துவிடுகிறதே இதற்கொரு மாற்றில்லையா?" வஞ்சிநாயகி முன் இரந்து நின்றது.

"உனது மூக்கு ஊர் முழுக்கவும் காலம் முழுக்கவும் விரவிக் கிடக்கிறது. உனக்குப் பிடித்த பருவத்தில் ஆடிக்களிப்பது தவிர மகிழ்ச்சி வேறில்லை."

"குழந்தைகளோடு நான் குதூகலமடைகிறேன். ஆனால், அதே குழந்தைகள் பிறிதொருநாள் மரித்துவிடுகிறார்களே? என் குழந்தைகள்... குழந்தைகள் பாதம்பட்ட மண்ணிலேயே அவர்களின் அந்திமப் பாடைகள் போகின்றன."

"பாடை போகும் தெருவில் குழந்தைகள் ஆடுகிறார்கள் மறுபடியும்."

ஒரு நிழல் கவிதலுக்குப்பின் முனி தன் இடம் திரும்பிவிட்டது. முனியை நாய்கள் அறியும். நிழல் கவியும்போதெல்லாம் நாய்கள் குரைத்தன. குழந்தைகளைப் பெரும்பாலும் அவை கடிப்பதில்லை. நாய்கள் இடம் அற்றவை; தடம் அற்றவை. நிலையாக ஓரிடத்தில் நில்லாதவை. தன் இருப்பின் அர்த்தம் கண்டடைய ஓடியலைந்து கொண்டே இருப்பவை. பார்ப்போர் மிரள சுருள்வில் என அதிர்ந்து குரைப்பவை. இரவு, பகல் பொருட்டின்றித் திரிந்தலைபவை. நாய்கள் காலமே போல்வன.

முதுகில் மழைத்துளி விழுந்து எண்ணெய்ப் பதத்துடன் சடைபோட்டதுபோல் தோல் மாற நாய்கள் ஓடி ஒளிகின்றன நாடகக் கொட்டகையின்கீழ். முனியோ, மண்வாசனை கிளம்பியதும் மின்னல்பொழுதில் ஊர் முச்சூடும் தெருக்களில் கவிந்து மண்ணோடு மண்ணென மாறியது. தெருவின் எந்தப் பகுதியை மழை ஓய்ந்த நேரத்துக் குழந்தைகள் நாடுவர் என்பது முனியும் அறியாதது.

மழை நின்றபின் குழந்தைகள் தங்கள் தாயார்களிடமிருந்து பிய்த்துக் கொண்டு வந்து தெருவில் இறங்கினார்கள். மழைத்துளிகளிலும் உறைந்த முனி தெரு வற்றியதும் மணல்வீடென மாறுகிறது. மண்டியிட்டுக் குனிந்து மணல் வீட்டு வாசலை உள்நோக்குகிறது குழந்தை. கறுப்பு இருட்டு நட்சத்திரமும் இல்லாத இரவு வானின் பூரணக்கறுப்பில் இருக்கிறது. அதில் ஒற்றைக்கண்ணென கோபால் சங்காய் முனிவிழி ஒளிர்கிறது. 'ஐயோ' எனப் பதறி சிற்றில்லைக் கலைக்கும் குழந்தை. மணற்பரப்பில் ஏற்கெனவே இருந்தது அந்த நத்தை ஓடு. மெழுகுப்பசையின் தடத்தை இழுத்துக்கொண்டு விழிப்பு பெற்ற நத்தை நகர்கிறது. மழைக்காலம் முடிந்தபின் நத்தை வீடு, மரங்களில் ஒட்டிக்கொண்டு ஓட்டின் வாசலில் சுண்ணாம்புப் படலம் பூசியது.

"மழைக்கலாம் முடிந்துவிட்டது!" எனச் சோகமாய் சொன்னது மாரியம்மனிடம் முனி.

"மழை போனால் புனி வரும். பனி போனால் வெயில். விதைக்க ஒரு பருவம். பூக்க ஒரு பருவம்."

"மழைக்காலம் போனால் எனக்கு மகிழ்ச்சியில்லை அவ்வளவாக."

"உனக்கு ஏன் குழந்தைகள்தவிர மற்றவர்கள்மீது அதிகமாக நாட்டமில்லை?"

"எனக்கும் இது புரியவில்லை. மற்றபடி, இந்த ஊரின் கூரைவெளியில் பறக்கும் காக்கைகளைக் கூட எனக்குப் பிடிக்கிறது."

ஊரின்மீது முதலில் படிந்தது இரவே எனும்படி பனைகள் சூழ்ந்த ஊரில் அனேக காலம் பனைத்தண்டில் பொதிந்திருந்து உயிர்பெற்றுப் பறந்தவையென காகங்கள் நிறைந்தன. அவற்றின் நிழல்களுக்கோ எனில் கால்படத் தேவையில்லை நிலத்தில். பகலின் தரை வெளுப்பில் படகுபோலச் சரிந்தோடும் அவற்றின் நிழல்கள். இரவுக்கே நிழலென மரமுறையும் காகம். முகம் ஓயும்வரை பகலிற் பறந்து இரை காணும் அவற்றின் நிழல்படியும் சாலைகளிலும் தெருக்களிலும்.

ஊர்களை இணைக்கச் சாலைகள். வீடுகளை இணைக்கத் தெருக்கள்.

வெயில் நாளில் பிறந்த குழந்தை இப்போது இளைஞனாகி தெருவைக்கடந்து சென்றுகொண்டிருந்தான். அவனைச் சுட்டிக்காட்டிய முனி, மாரியாத்தாவிடம் சொன்னது:

"இனி, இவனோடு விளையாட முடியுமா என்ன? இவன் தனது பொம்மையைக் கண்டுபிடித்துவிட்டான்."

"அவன் பொம்மையை இழந்து துக்கிக்கிற ஒரு நாளில், நீ மறுபடி வெயிலோடைத் தடத்தில் அவனைப் பார்ப்பாய்" என வினோதமாய்ச் சிரித்தாள் மாரி.

அவனோ, பனிக்காலத்தில் பிறந்த ஒருத்தியை நெருங்கி இடந்தலைப்பட்ட மறைவில் சந்தித்தான்.

"நீ என் வாழ்க்கையில் வந்தவள். வாழ்வுதோறும் வருகிறவள்."

"நேற்றும் காத்திருந்தேன் இதே இடத்தில். ஏமாற்றினாய்."

"அம்மா வேலை சொல்லிவிட்டாள்."

"அம்மாதான் முக்கியமா?"

"நீயும்தான் முக்கியம்" என்றவன், ஒரு முத்தத்திற்குப் பின், "நீதான் முக்கியம்" என்றான்.

தீப்பதற அணிகளின்மீது வியர்வை நனைந்தது.

தனது இடத்தில் அமருமுன் முனி முணுமுணுத்தது. இதே தீதான் இடுகாட்டில் எரிவதுமோ. தற்கொலைப் பிணம் ஒன்று விழுந்த தினத்தில்தான் முனி இரவில் இடுகாடு காத்தது. பச்சையம் துளிர்க்கும் இலைகள் பின்னாளில் காலத்தில் பழுத்து உதிர்கின்றன. முதிரா நாளிலும் வலியக் கீழ்விழும் இலைகளும் உண்டாயிருந்தன ஊர் மரத்தில். அவ்விலைகள் கிளையிலிருந்து பிரிந்துகொள்ள விஷ மருந்தும், தூக்குக்கயிறும், நீர் மூழ்கலும் என வடிவம் தேர்ந்தன. காலமே! விருத்தம்வரை ஏராளமுள்ள பருவங்களை பூரணமாய்க் காணாதபடி வஞ்சித்துக் கிள்ளி எறிகிறாய் பாதியின் இலைகளை. தற்கொலை என்றும், கொலை என்றும், விபத்து என்றும் துர் அந்தங்கள்.

பனிக்காலத்தில் குழந்தை பெற்றவளுக்கு இருந்த இரண்டு தாத்தாக்களில் அண்ணன் தம்பியைக் கொன்றான். பிறை தேய் நிலவெரிந்த பண்ணைக்கிணற்றில் ஊதி மிதந்தது கொலையுண்டவன் பிணம். இன்னும் நிறைவேறாத எழுநூறு ஆசைகளுடன் தம்பி செத்துப் போனான். இனி சொத்துப் பிரித்து தோட்டத்துக்கு வேலி போடத் தேவையில்லை.

சலனப் பொம்மையென ஜனித்த உயிரை உணவூட்டி, உயிரூட்டி கொண்டு கொண்டு வளர்த்தபின்... அவசங்களை எப்படி விதைக்கிறாய் நீ காலனே.

முனி துயரத்தில் தத்தளித்தது. மரண ஊர்வலத்தில் மறைந்து தொடரும் ஏகாங்கியாய் கலக்க, அதன் மூக்கோ முன்னிருந்திராத சுவாசக்கூர்மை பெற்றது. ஊர்த் தலைவாசலில் பகவதியம்மன் கோயிலுக்கு வடபுறமாய் இறுதிப்பாடை தயாராகிப் பயணம் நீள்கிறது கீழ்த்திசை இடுகாடு வரை. அண்டமாநதியின் கரையில் ஓர் இடுகாடு. மரணத்தால் எற்றுண்டு நதி வளைகிறது திசைப்போக்கில். இடுகாட்டில் உள்வாங்கும் மண்குழிக்கு உடல் வயது பால் பேதமில்லை. பற்றித் தசையுருக்கும் படர்தீயும் பொசுக்கென்றால் பொசுக்கும். பொசுக்கும் தீக்குப் பகலிரவு பேதமில்லை.

மூர்க்க அசைவென தீப்படர நிலையில்லா வடிவங்கள் எழும்பும் காற்றுவெளி பிடிசாம்பல்.

இன்றிருந்தார் நாளை இல்லை. இன்றுள்ள மகிழ்ச்சி நாளை இல்லை. இன்றுள்ள துக்கமும் நாளை இல்லை. காலமே காயம் ஆற்றும். காலமே காயம் தரும். இன்று இல்லாதோர் நாளை இருப்பர்.

கடைசிச் சாம்பலில் ஆற்றுவதற்கு முந்தைய தீ, ஆசையிலும் காமத்திலும் நிரந்தரமாய் எரிகிறது மனிதர் வாழும் ஊரில்.

வேட்டையிலும் வேட்கையிலும் குறுகுறுப்பிலும் மர்மத்திலும் அது உள்ளூறைந்து படைப்பின் பரவசமாய் நிற்கிறது. ரகசியத்தின் அணிகலன்கள் பூண்டு வசீகரத்தை உள்ளடக்கியிருக்கிறது வெப்பம்.

"நான் மனைவியை இழந்துநிற்கிறேன் அவளில்லாது ஆற்றுவதற்கில்லை. எங்களுக்கு பிறக்கப்போகும் குழந்தைக்காக பொம்மைகள் முதலானது வாங்கி வைத்திருந்தேன். பிரசவத்தில் செத்துப்போனாள்."

"இது ஒன்றும் புதிதில்லை."

"தவமிருந்து பிறந்த ஒருத்தி ஏன் இப்படி சாகவேண்டும்? என்னையும் தவிக்கவிட்டு."

"இதற்கு ஒன்றும் பதிலில்லை."

"உன் பதில் ஒன்றும் வேண்டாம். எனக்கு பித்துப்பிடிக்கப் போகிறது."

"ஆகவே... உன்னை எனக்குப் பிடிக்கிறது" என்றது முனி.

கோட்டைமுனி நீரருந்திய சலனம் கோட்டைக்கிணறில் அலையடித்தது. நீரெடுத்த பெண்கள் அதில் முனியசைவு கண்டு திக்கித்தனர். அது கண்டோ வேறுவகைக் கறுப்பிலோ, தனித்தோ பேயடித்த பித்தில் விருமத்திகொண்ட பெண்களின் கூந்தலைக் கிணற்றைச் சுற்றியிருந்த புளியமரங்களில் ஆணிகொண்டு அறைந்தனர். பசை கசியும், பசை கசியாத ரகசியங்கள் கொண்டது ஊர்.

இந்த ஊழியின் பெருஞ்சோகமும் உலகு கண்ட கொடைகளின் பெருமகிழ்வும் ஒருசேரக் கவிகிறது பேதலித்தவர் மனதுகளில். சம்ஹரிக்கவும் சகிக்கவும்முடியாத அவசங்களோடு உழன்று குழம்பிய கிறுக்கோ நாடகக் கொட்டகையின் மூலையிலும், குறிஞ்சித்தூண் ஒன்றிலும், சந்தை வீதி ஓடுபாலத்திலும் வானின்கீழ் படுத்திருக்கிறது. அது உணராவண்ணம் அதைத் தழுவி முத்தமிட்டுப்போகிறது முனி. 'என்ன செய்வது? நீ ஊரின் குழந்தை.'

எந்த வீட்டிலிருந்தும் முளைத்துவிடலாம் ஒரு பேதை. கிறுக்குகளுக்கு எந்த ஊரும் சொந்த ஊரே. அவற்றின் முதுகுகளை ஏந்திக்கொள்ளும் இடங்களும் தனித்த அடையாளம் உடையவை. திசையற்றவை கிறுக்குகள்.

திக்கை வணங்கித் தீருமா தீவினைகள்? எவர் செய்த பாவத்தில் வருவன இவை. துயரும் பேதலிப்பும். மரண சம்பளத்தில் தீருமோ ஒற்றை மனிதன் அனுபவித்த கசப்பின் ரணங்கள். ஊர் வடக்கே சிலுவை யின்கீழ் பின்னோக்கி வழிந்து வடிவுறைந்திருக்கிறது தேவகுமாரனின் ஆலயம். பஞ்சபூதங்களால் ஆன பாபத்தை ஐந்து காயங்களின் ரத்தத்தால் சுத்திகரிக்க எத்தனித்த தேவகுமாரன். மண்ணுலகில்

தேவன் இறங்கிவரும் தினத்தை எதிர்பார்த்து ஞாயிறுகளின் காலைச் சங்கீதம் அங்கு. எந்தக் கோளிலிருந்து தீர்க்கும் கர்த்தன் இறங்குகிறான்? அல்லது எந்தச் சூன்யத்திலிருந்து? எத்தனை சூன்யங்கள் சுழலும் மகாவெளி இது?

ஊர் சுற்றியும், ஊரூராய்ச் சுற்றியும் நாள் கழிக்கின்றனர் மக்கள். ஊரும் பிரபஞ்சமும் ஒன்றே. எண்ணித் தொலையாதது அதன் சுழற்சி.

“ஊருக்குப் போ.”

“போனாலும் இந்த ஊருக்குள் போவதில்லை. எங்கோ வெளியூர் போய் சுற்றியலையப் போகிறேன். கொள்ளும் நினைவுகள் கொல்லும் துயரம் தகிக்கிறது.”

“பரவாயில்லை. எங்காவது போ. ஆனால்... இரு.”

திசையில்லாத ஊருக்கும் தெய்வங்களுக்கும் எல்லை இல்லை. எண்திசை வட்டத்தின் எல்லா பாகையிலும் ஆட்களை வெளியனுப்புவதும் உள்வாங்குவதுமாய் இருக்கிறது ஊர்.

ஊருக்குள் நடக்கும் பயணியின் கைப்பையில் வாழ்வு திணிந்து கிடப்பதை உணர்ந்த முனி அவனை மர்மமாய்த் தொடர்ந்து ஓர் இல்லம் சேர்க்கும். வீடுகள்... பலவகை வீடுகள். மனிதர்கள்... பலவித மனிதர்கள். நளின பாவத்தை விதைப்போரும் ஊன் உருகத் தொய்ந்து வருவோரும்...

பிழைக்கப்போன ஏதாவது ஊரிலிருந்து திரும்புகிறவராகவோ, புதிதான வந்தேறியாகவோ பயணி இருக்கலாம். ஊர் மண்ணில் புதிதாய் ஓர் உயிரின் காலடிபடுகிற எந்தத் தருணத்திலும் முனிமேனியில் குளிர்ப்புள்ளிகள் சில்லிடுகின்றன பேறுகால உவகையும் கேள்வியுமாக. “போ... காலம் தன் கூட்டில் கனிகளை வைத்திருக்கும்.”

காற்று குவியும் இடமெல்லாம் தன் காதுகளை வைத்திருக்கும் முனி, தன் முடியின் ஓர் இழையை நீட்டி உணரும் புலம்பெயர்ந்த ஒருவனுக்காக கடல் கடந்தும். மாரியம்மன் கோயில் முன்னர் குறிஞ்சி மண்டபத்தில் குளிர்க்கற்களின் பொளிவெங்கும் சிறுசிறு மண்துகளாய் கிடக்கிறது முனி.

“அடையாளம் தொலைந்த குழந்தையாய் நான் மாறிவிட வேண்டும்.”

அடையாளம் தொலைவது சுலபமில்லை. திடீர் திடீரென விழிப்புறும் அதன் பருண்மைக்கே முனிக்கு அர்த்தம் விளங்கவில்லை. ஆட்களுக்குத் தென்படாது அரூபமாய் மறைந்தபின்னும் மானசீக வியாபகமாய் பலரது மனதில் அது இருந்தது. சத்தங்களால் அது தன்னை உணர்த்தியிருக்கக்கூடும்.

அடையாளங்கள் ரகசியமாகவேனும் இருக்கவே இருக்கும்.

"அடையாளம் தொலைவது சுலபமில்லை. நீ எந்த ஊர் என்று கேட்பவனுக்காவது பதில் கூறியே ஆகவேண்டும்."

"முன்ஜென்மத்தின் பாவமா? முன்னோர்களின் பாவமா? அவள் மரித்ததும், நான் துயரத்தில் உழல்வதும்."

கோயில் கண்ட இடமெல்லாம் நேர்ந்து பனிக்காலத்தில் பிறப்பித்தாள் ஒருத்தி. அழகான பெண் மகவு வளர்ந்து பூப்பெய்தி காதலித்துக் கைப்பிடித்து கணவனோடு மகிழ்ந்திருந்து கருத்தரித்துக் கரு வளர்ந்தும்... அந்தோ அநியாயமாய்ச் செத்துப்போனாள் பிரசவ நேரத்தில். வளர்ந்து வந்த குழந்தையோ வயிற்றுக்குள் சமாதியானது.

எதுவும் எதையும் சமன் செய்வதில்லை. பண்ணைக் கிணறில் என்றோ கிடந்த பிணத்திற்கு ஒரு கர்ப்பிணியின் மரணமா பரிகாரம்?

"பாவங்களின் பரிகாரம் இன்னொரு பாவம் என்று இயற்கை ஒருபோதும் இயங்குவதில்லை."

"போய் வருகிறேன்."

"போகலாம். போய் வரலாம்."

எதுவும் பொருட்டில்லை என்பதுபோல முனி சொன்னது. யாரும் போன இடத்தை யாராவது இட்டு நிரப்பலாம். பொருண்மை அழியா விதியோ பதிலிகளைத் தருகிறது. பொன்னுள்ள இடத்தில் பூ. பொன்னுள்ள இடத்தில் வைரம். பொருளிருந்த இடத்தில் சூன்யமும் ஒரு பதிலியே. சூரிய ஒளியில் பூமியோ மின்னும் வைரம். தளர்ந்த நடையுடனும் திரும்ப வராத வைராக்யத்துடனும் அவன் கிழக்கே நடந்தான்.

"போ குழந்தையே! எனது ஆசி என ஏதுமில்லை. எனது வரமும் ஏதுமில்லை. சாபமுமில்லை. விருப்பமுண்டு." முனகிவிட்டுத் திரும்பிய முனி பீடத்தில் உறைந்தது.

"எனது கேள்விகளுக்கு மனிதர்களிடமும் விடையில்லை. தெய்வங்களிடமும் விடையில்லை."

வறண்ட நதிக்கரையில் ஒரு முனி.

மழை மறந்தாலும், நதி வற்றினாலும் வேளாண்மை நில்லாதெனவே கருந்துளையுடன் கிணறுகள் பூத்தன ஊரில். பரிமாற்றத் தோதுக்கு பணம் வந்துசேர்ந்தது. அது எல்லா ஊர்களுக்கும் வந்துபோகும் பயணி. லட்சியங்களுக்குத் தீர்மானமான செவ்வக வடிவம். தேவனாகவும் சாத்தனாகவும் அதுவே நின்று நீக்கமற நிறையத் தலைப்படுகிறது.

ஊர் அமைப்புக்குக் கட்டுப்பட்டுத் தலைமைகள் தோன்றின பல்வேறு நிலைகளில்.

முனிக் கிடப்பின் ஐதீக வடிவம் மெய்யெனில், அதன் தோளில் தோன்றியதொரு ஆட்டுச்சந்தை. இளமையான கிழமைகள் சுழலும் உலகில் வெள்ளிதோறும் கூடியது சந்தை.

வியாழன் இரவுகளில் ஆட்டுச்சத்தமும் வெள்ளியின் பகலில் புழுக்கை வீச்சமும் உணர்கிறது ஊர். வந்தடைந்த காத காத ஆடுகள் குழுமிப் பிரிந்து கைமாறுகின்றன. சந்தை அங்ஙனமே இருக்க ஆடுகள் எங்கெங்கோ போய்விடுகின்றன. வார இதர நாட்களில் பெரியதொரு தாமரை இலைபோல வெம் பரப்பிக் கிடக்கிறது ஏக்கத் தனிமையில் சந்தை. நெரிசலான நகர்த்தோற்றம் உண்டு சந்தைக்கு. குழந்தைகள் ஊட்டமுற தின்னங்கள் வாங்கியவாறு சோபையான தாய்மார்கள் நடக்கிறார்கள் வெள்ளிவீதியில்.

வேளாண்மையினொரு பகுதியாக முருங்கைகள் முகிழ்த்து சந்தைத் தென்புறம் குவிகின்றன. பருவமற்ற நாளில் முருங்கை மரங்கள் இலைகளை உதிர்த்து வறண்ட சோகத்துடன் நின்றன.

காற்று, பனி, மழை எனத் தனது கொடைகளுடன் இயற்கை உருமாறுகிறது பருவமென. மிகக்குறைந்த ஒளியோடு இருட்டு எல்லாப் பருவத்திலும் இருட்டாகவே இருக்கிறது.

இருட்டை வெல்லவென்றே தீபங்கள்.

முன்பு மண்நெய் விளக்கெரிந்த, மேலகன்ற செவ்வகக் கண்ணாடிக் கூண்டு ஏதோ ஒரு வீட்டில் கிளி வளரக் கிடக்கிறது. ஒளித்தீபம் தாங்கிய தளத்தில் மக்கி மணக்கிறது கிளியெச்சம். சுடர் கொணர்ந்து தீயூட்டிய மண்நெய் விளக்கெரிந்த சந்திகளில் மின்விளக்கு ஒளிர்கிறது. காலம் மாறக் கருவி மாறும். விசை அழுத்த ஊருக்குள் திடுமெனப் பாய்கிறது ஒளிவெள்ளம். அந்தி முதல் காலை வரை இழையில் கனலும் மின்தீபங்கள் மந்தவாயு கண்ணாடிக் கவசத்தில். சுடரற்ற விளக்கின் பூடகவெம்மை தாளாது நட்சத்திரங்களைப் பார்த்திருந்தது முனி முதன்முதலாய் மின்தீபம் கண்ட நாளில்.

வேட்டைக்கு ஆயத்தமாகி வேலிகள் ஊடறுத்துச் செல்லுமோர் இளங்கும்பல் அணில்களுடனும் முயல்களுடனும் திரும்புகிறது அகாலத்துக்குப் பிந்தைய வைகறையில். தேர்ந்த இடங்களில் தாயக்கட்டமும் சீட்டாட்டமும் உடற்களிகளும்.

உயிரியக்கத்துக்கு உட்பட்ட மக்கள் விழித்தெழுந்து காரியம் பார்க்கின்றனர். மின்சாரம் வந்த மண்ணில் பஸ்ஸும், பள்ளியும், ஆபிஸும், கிரைண்டரும், தொலைக்காட்சியும். எது எதுவோ வரவரவும் குலங்களின் தொழில்கள் மாறுகின்றன. கனவுகண்டு

வேற்றூர் செல்வர் இளைஞர். கனவுகொண்டு இவ்வூர் வருவர் சிலர். ஊர்ச் சரித்திரத்தின் குறுக்கப்பட்ட வடிவமோ, தேநீர்க் கடையின் உரையாடல்களில் பிரமாண்டமாய் விரிகிறது.

கனவுகளாயும் நம்பிக்கைகளாயும் திட்டங்களால் ததும்புகின்றன ஊர்க்கூரைகள். தேவை தேவையென தேடித் தவிக்கிறது தாகம். எவ்வளவு முகந்தாலும் பாத்திர அளவே நீர் கொள்ளும்.

காணுதலே முனியின் இயக்கம்.

காணுதலின்பொருட்டு முனியோ ஊர் வீடுகளின் சுவர் பூச்சுகளில் மெழுகியோ, நூலாம்படையில் தொங்கியோ இருக்கிறது. பூப்பெய்திய பசுங்குடில், பூண்டு கமழும் பேறுவீடு, மட்டிப்பால் மணக்கும் மரணக் கிடைகளில் வாழ்த்தியோ, வருந்தியோ யாருமறியாமல் ஓரத்திலும் மையத்திலும் இருக்கிறது. முதல் முயக்க இடங்களும் தூமை மணக்கும் கொல்லைகளும் அது அறியாததல்ல.

வாசங்களால் நிரம்பிய ஊருக்கு வருடந் தவறாமல் திருவிழாக்கள் வருகின்றன. இறந்து தோல் தந்த மாடுகள் தப்படிப்பின் திறனழகால் ஒலியலையாய் உயிர்பெறும். தப்போசையில் களிதுள்ளும் திருவிழாக்கள். விழாக்கள் இரவு பகலற்றவை. மகிழ்ச்சி தருபவை. எந்த விழாவின் கூட்டத்திலும் ஏதோ ஒருமூலையில் இணை தரிசிக்கக் காத்திருக்கும் காதல். விழிவில் அதிர்ந்து நான் விடுவிக்கும் பார்வை அம்புகள். விழா நடக்கும் ஊரோ வஞ்சனைகளையும் துரோகங்களையும் கூடவே வைத்திருக்கிறது. அது ஒரு தொடர்.

தொடரியக்கத்தில் இருக்கின்றன ஊரின் கிரியைகள். கிரியை தொடர் ஊர் மொழியையும், மொழியின்மையையும் பயன்படுத்துகிறது. சமிக்ஞைகளை கண்களிலும் வெளிப்படுத்தி உய்த்துணரச் சம்மதித்த எதிர்ப்பாலை ஆவிசேரத் தழுவித் திணறுகிறது எல்லாமும்.

ஒருமுறை அடைந்ததிலும் ஒருமுறை முயக்கத்திலும் தீர்வதில்லை மோகம். அண்டமாநதி வற்றினாலும் ஆசைகள் வற்றாது.

தாழிடப்பட்ட அறைகளுக்குள் கோடி ஆண்டுகளின் விருப்பங்களை அதரங்கள் இசைக்கின்றன சொல்லாகவும், செயலாகவும்.

குழந்தைகள் தோன்றி மிகக் குறைந்த வார்த்தைகளால் பேசுகின்றன தெய்வங்களும் சிலிர்க்கும்படி. தோணும்போது தூங்கி எழுந்து அழுது சிரிக்கின்றன.

மனிதர்கள் குழந்தைகளை மனிதர்கள் ஆக்குகிறார்கள். வளரும் குழந்தைகள் காதற் பருவமடைந்து ஒரு சொற்பநேரம் விண்மீன்களோடு உலவித் திரிகின்றனர். விண்கற்கள் ஆறுக்கும் குறைவாக விழுந்த தினங்களில் காதல் தொலைந்தபின்னும் வாழ்க்கை தொடர்கிறார்கள்.

வேட்டையே தேட்டத்தின் ஆதாரஸ்ருதியாய் மன ஆழத்திலிருக்கிறது. சந்ததிமேல் பாசம்கொண்டு உறவு படர்கிறது.

மண்ணில் கூடுகட்டத் தகவற்ற பறவைகள் மரங்களில் அணைகின்றன.

நட்சத்திரங்களின் நகைப்பிற்கு உட்பட்டதுபோல இச்சிறு பூமியும் சிறுத்த ஊரும்.

அண்டமாநதியில் நீர் வரும் மழைநாளில்...

பதிவுறும் கணத்திலேயே எல்லாமும் மாறிக்கொண்டிருக்கின்றன. எழுதிச்செல்லும் முன்பும் பின்பும் முனியும் நதியும் இருந்தன.

●

ஒரு மனசு. ஒரு நண்பன். கொஞ்சம் கதைகள்...

க. சீ.சிவகுமார், எங்களுக்கு ஒரு பாடகனெனவே தோன்றுகிறான், காதைக் கஷ்டப்படுத்தும் பாடல்களைத் தொடர்ந்து பாடுகிறவனானாலும். இனிய குரலில் பாடுகிறவன் மட்டுமா பாடகன்? துயருற்ற மனதிலிருந்து பிறக்கும் கவிதைகளின் வெற்றி நிதர்சனம். பாடலோ தெள்ளிய மனதின் உதடுகளிலிருந்து மட்டுமே காற்றிலேறுகிறது. தெள்ளிய மனம் வேண்டுமெனில் தேவை ஏகப்பட்ட வசதிகள்.

சிவகுமாரின் மனம்தான் எனக்கு முதலில் அறிமுகமானது. இந்தியா டுடே இலக்கிய மலர் சிறுகதைப் போட்டியில் முதல் பரிசு பெற்றவன் இவன். அதே போட்டியில் இரண்டாம் பரிசு வாங்கிய என் நண்பர் பாஸ்கர் சக்தியை ஊர்விட்டு ஊர்போய்த் தேடிப்பிடித்துச் சொல்லியிருக்கிறான், ‘‘நம்முளுத விடவும் பாஸ், உங்குளுது நல்லாருக்குங்...’’ இது, முகமன் இல்லை என்பதற்கு ஆதாரம் சிவகுமார் அதன்பின் எனக்கு எழுதிய கடிதங்கள். ‘எனக்கானால் சிறுகதைக்கான வடிவம் பெரிய போராட்டமாகவே இருக்கிறது. என்றைக்குத்தான் கட்டுச்செட்டான ஒரு சிறுகதை எழுதுவேன் எனத் தெரியவில்லை.’

எழுதிய முதல் கதைக்கே அந்தஸ்தான பரிசு. தொடர்ந்து எழுதுவதெல்லாம் கொண்டாட்டத்தோடு பிரசுரமாகிறது. இதிலெல்லாம் மயங்காத மனசு. அதுதான் இன்னொரு கடிதத்தில் எழுதுகிறது. ‘கடவுளே, சடாரிகளைக் கிரீடமென எண்ணும் பேதைமையை நல்கிவிடாதே.’

இப்படி சர்வபரி சமர்ப்பணம் செய்ததில் சிறுகதைக் கலையின் அதிதேவதை மகிழ்ந்து நெகிழ்ந்து தன் பரிபூர்ண கடாட்சத்தை சிவகுமாருக்கு நல்கியிருக்கிறாள் என்பதன் சாட்சி ‘கன்னிவாடி.’ தெளிந்த மனதைக் கானகங்களுக்குள் தேடுவார்களாம் முனிவர்கள். ஆந்திரம், கேரளம் என்று தென்னகமெங்கும் பொருள்வயின் அலைந்து மனிதர்களுக்குள் இருக்கும் ஏராள மனிதர்களை அறிந்து அதைச் சித்தித்துக்கொண்டான் இவன்.

‘‘நான் வருஷத்துக்கு ஒரு கதை எழுதினாலே அபூர்வங்க’’ என்பதைப் பெருமையாகச் சொல்லிக்கொள்ளும் எழுத்தாளர்கள் அநேகம். ஓவியன்

நிறைய வரைவதிலும் பாடகன் நிறையப் பாடுவதிலும் என்ன தப்பு? உழைக்கத் தயங்காமல், உண்மையை மறைக்காமல் நிறையத்தான் எழுதுகிறான். குறையொன்றுமில்லை கண்ணா.

கொஞ்சம் கவனச் சிதறலோடு படித்தால் இந்தக் கதைகளைச் சொல்பவன் அன்பின் வறுமையால் அவதிப்படுகிறான் என்று தப்பர்த்தம் செய்துகொள்ள வாய்ப்பிருக்கிறது. ஒரு ராஜியைப் பார்க்க அவளது ஊருக்குள் ஆவி பதற அலைவது, அனிதாவைத் தேடி கணுக்காலில் புழுதிபடரப் பதைப்பது, நடுராத்திரியில் ஒரு வளர்மதியின் நினைவாலும் ஜென்சியின் குரலாலும் இடர் உறுவது. இவை அங்கங்கே வந்துபோனாலும் எளிய பார்வைக்குத் தப்பிவிடக் கூடிய ஒரு விஷயம் எழுதுகிறான், 'பிரியமான ஓர் ஊரில் ராஜியைப் பார்க்காதபோதும் அவன் நிறைவை உணர்ந்தான். காரணம், அவன் வான்கொன்றை மரமொன்றைப் பார்த்துவிடுவதுதான். அதனால்தான் 'தரிசன லஹரியில் உயிர் துச்சமாகிவிடுகிறது' என்றெழுத முடிகிறது இவனால்.

இருக்கவே இருக்கிறது, அன்றாட வாழ்க்கையின் பற்றாக்குறையும் அவலங்களும். அவை அந்தரங்கம். ஏழைமை எல்லாம் தோழனோடு பேசத்தான். ஒரு புத்தாண்டு வாழ்த்துக் கடிதத்தில் எழுதியிருந்தான் கிறிஸ்தவர் வீட்டு வாசல் நட்சத்திரங்கள் எதிர்ச்சுவரில் இடும் கோலங்கள் உட்பட்ட பத்து நிமிட இரவை ஐந்து வாக்கியங்களில் சிறைப் பிடித்துவிட்டு முத்தாய்ப்பாக எழுதியிருந்தான். 'காதலிகள் இல்லாத ஊரில் திருவிழாக்கள் வருவது எவ்வகையில் நியாயம்?' ஆனால் இதே வாசகம், ஒரு கதையில் இப்படிச் சமைகிறது: 'ஆவினங்களும் செம்மறியும் இல்லாது கட்டும் தறியும் வெற்றுக்கிடையும் கொண்ட உழவனுக்குப் பொங்கல் எப்படி மகிழ்வு தரும்?'

பெண்ணின்மை தவிர, கன்னிவாடி இளைஞனுக்கு இன்னொரு பிரச்சினையும் இருப்பதுபோல் கதைகள் நெடுக தோன்றுகிறது. வேலை இன்மை. அதைப்பற்றி எழுதித் தீர்த்துவிட்டார்கள். சிவகுமாரின் எழுத்தில் அதையும் ரசிக்கமுடிவதற்குக் காரணம், கோரிக்கைகளும் புகார்களும் அற்ற அவனுடைய மனது.

'ஊதல் இசைபட வாழ்த'லில் முழு நகைச்சுவையோடு வெளிப்படுகிறது அவனுடைய தொல்லை. வேறொரு கதையில், இந்நிலையில் நான் வேலையில்லாமல் சுற்றுவது பற்றிப் பெருமிதம் கொள்ள முடிந்தது. என்ன உற்சாகமாக உலகைக் கவனிக்க முடிகிறது பாருங்கள்' என்று வருகிறது.

ஜாதகப்படி இவன் 'சொற்சாதுரியவான். ஆனாலும் மனோ துக்கன்.' என்றபோதும் 'அநாதரவின் பாழொளி' என்று எழுதாமல் 'அநாதரவின் பாலொளி' என்று எழுதுகிறான். நம்பிக்கை கொள்ள வாழ்க்கை இவனுக்குத் தராத ஒதுக்கீட்டை இவனது மனது தருகிறது. 'இன்றிருந்தார் நாளை

இல்லை' என்னும் உண்மையை எழுதிவிட்டு மன நாக்கைக் கடித்தபடி உடனே எழுதுகிறான், 'இன்றில்லாதோர் நாளை இருப்பர்.'

எதையும் தழுவ விரிந்த கைகளோடு, காற்றின் சிறு சலனத்துக்கே கிளம்பி மிதக்கும் மனதோடு எப்போதும் எழுதும் இவனுடைய இன்னொரு கடிதம்

'இன்று மாலை ஊரில் மழை பெய்தது. அந்தி மழைத் துளியில் யாருடைய முகமும் தெரியாமல் மழையை மழையாகவே ரசிக்க முடிந்தது. நீண்டகாலமாயிற்று மழை பார்த்து. விரும்பி அடைவதற்கு மழை சுற்றுலாத் திட்டத்தில் அடைபடுவதில்லை. அது ஒரு பிறப்புபோலவோ, மரணம்போலவோ வருகிறது. மழை முடிந்த பின்னும் மாலை மிச்சமிருந்தது. மேற்கு வானின் பஞ்சுக் கோலம் ஆரஞ்சு வர்ணத் தீ பற்றிய ஆரண்யம். மாலையில் மனதோடு பேச அமர்வதற்கு இருக்கிறது ஊர் மேற்கே இரண்டு பாலங்கள். முதலாம் பாலத்தில் நான். துணைக்கு எதிர்த் திண்டு...'

லட்சம் சிவகுமார்களுக்கு இருக்கும் தீரா ஏக்கங்கள். இவன் எழுதவல்ல ஒரு க. சீ. சிவகுமார். மொத்தமாகப் படித்தது மகிழ்ச்சியான அனுபவம். இதுவரை சென்றறியாத கன்னிவாடியின் தெருக்களுக்குள் சந்துக்களுக்குள் தொலைந்துபோனேன் சந்தோசமாக. இது அணிந்துரையல்ல; ஆற்றுப்படை,

ரமேஷ் வைத்யா
16.8.2000

இக்கதைகளை வெளியிட்ட இதழ்களுக்கு நன்றி:

காற்றாடை - இந்தியா டுடே - 95, இலக்கிய ஆண்டு மலர் காற்றின் கானகம் - கணையாழி, பிப்ரவரி, 96 வெளிச்ச நர்த்தனம் - இந்தியா டுடே, 21.5.97 நினைவுதிர்கால மரங்கள் - செம்மலர், மே 97 அண்டமாநதிக்கரையின் ஊரில் ஒரு வீடு - குங்குமம், 97 பெருந்திணையும் ஓர் அணையும் - விகடன், 2.11.97 சொல். பொருள் பின்வரும் - ஆனந்த விகடன், 1.3.98 திருவிழாவில் தொலைகிறவர்கள் - விகடன், 3.5.98 ராஜகுமாரியின் ரசிகன் - புதியபார்வை, 98 நிணநீர்ச்சுவடி - புதியபார்வை, 98 ஊதல் இசைபட வாழ்தல் - ஆனந்த விகடன், 25.4.99 காலவகை - கல்கி, 12.9.99 மேகங்கள் தீர்ப்பதில்லை - கல்கி - தீபாவளி மலர், 99 காலம் உடன்வரும் - அவள் விகடன், டிசம்பர், 99 இந்திரவதம் - குமுதம், 3.2.2000 காவு - கல்கி, 6.2.200 குரங்குப் பணியாரம் - இந்தியா டுடே, மார்ச், 2000 சண்முக சித்தாறு - ஆறாம் திணை, மார்ச், 2000 வான்சிறப்பு - கல்கி, மார்ச், 2000 தீண்டாநாயகி - கனவு, மார்ச், 2000 நாற்று - இந்தியா டுடே, ஜூலை, 2000 மீதியுள்ள ராத்திரி மே, 2000 கன்னிவாடி - ஆறாம்திணை, ஆகஸ்ட், 2000